மெய்வாசகம்

மெய்வாசகம்

தேன்மொழி தாஸ்

எழுத்து
பிரசுரம்

Title: Meyvasagam
Author's Name: Thenmozhi Das

Published by Ezutthu Prachuram

Ezutthu Prachuram
(An imprint of Zero Degree Publishing)
No.75 & 76, I Floor, Kuppusamy Street,
Balaji Nagar, Padi,
Chennai - 600050

Website: www.zerodegreepublishing.com
E Mail id: zerodegreepublishing@gmail.com
Phone : 89250 61999

Ezutthu Prachuram First Edition: January 2026
ISBN: 978-93-48439-49-9
TITLE NO EP: 625

Rs.160/-

Layout: G.Selvakumar
Cover Design : Vijayan, Creative Studio
Printed at Rathna Offset Printers, Chennai, India

கலை, இலக்கிய விமர்சகர் கவிஞர் - இந்திரன் அவர்களுக்கு...

மெய்ப்பு:

சுப்பையா கந்தையா

மா.காளிதாஸ்

உள்ளே

1. மலைகள் பற்றற்றுப் பாடுகின்றன

இந்நாளும் துளிர்த்து விட்டது
உவமையின்மையின் கொடியில்
விடிந்ததை அறியாது விழித்திருக்கிறேன்
புகழ் ஊற்றி பல் நனைத்துச் சிரிக்கும்
மனிதர்களைக் கடந்த - காலம்
மனதினடியில் புரண்டு படுக்கிறது
எனது தாய்மண்ணின் மாமலைகளை
ஏக்கத்தோடு இழுத்துத் தோளில் போட்டபடி
நீ என்றும் என்னைவிட்டு
நீங்காதிருப்பாய் என்கிறேன்

நகரத்தின் நெடியில் நெஞ்சடைக்கும்
தினம் ஒன்றை மடிக்கையில்
சுவரில் பல்லி குரலெடுத்துப் பாடுகிறது
சிட்சிட் சிட்சிட் சிட்சிட் சிட்சிட் - சரியாக
இந்த நுண் துணுக்கு ஒலி அளவில்
சொற்களிட்டு ஒரு வரியைப் படைக்கலாம்
ஆனால் துல்லியமாக அது
பல்லியின் மன உணர்வாகுமா
வானளவு முள் கொண்ட துரோகங்களை
கடக்கிறது மனத் தந்தி
சுவரில் மீண்டும்
குரலெடுக்கும் பல்லியைத் தாயாக நினைக்கிறேன்
வேறு வழியில்லை - தாயில்லை
இத்தவிப்பில் விழும் எதுவும் காலப்பூ
இகழ் ஊற்றிப் பல் நனைத்துச் சிரிக்கும் மனிதர்களை

நிகழ்ச்சூழல் காலச்சக்கரத்தில் ஏற்றுகிறது
வஞ்சகத்தில் வீழ்த்தமுடியாத
என் மனதில் வெயிலடிக்கிறது

மலைகள் பற்றற்றுப் பாடுகின்றன பச்சையமாய்
“மௌனத்திற்கு மேலானது வானமில்லை
தீர்மானங்கள் ஏதுமற்ற வலியோன் பகல்”

பல்லியின் மன உணர்வில் பாடுகிறேன்
பசியற்ற துறவியே! இறையே! மாமலையே
உலகின் உயிர் யாவும் துடிக்க
நீ நீங்காதிருப்பாய்.

13.3.2023
6:36 am

2. ஆசையின்மை மீது பற்றுடைய நெஞ்சு

அபத்தங்களின் பின்னிரவில்
பின்மூளை வாசல் வழியாக
பிதற்றல்களைத் திரிபு செய்வதை விட
செயல்பட முடிகிற சுவை நரம்புகளை
இன்னும் அதிகமாக வாட்டி எடுங்கள்

கள்ளமடையை வெட்டி புலமையை
பாய்ச்சி எதனை அறுவடை செய்வீர்கள்
மழைக்குப் பிந்தைய அருவியின்
உயிரோட்டம் காலக் குறைவுடையது

சொற்களைத் தாமிரக் கம்பியாக்க முடியும்

ஆசையின்மை மீது பற்றுடைய நெஞ்சு
பிரபஞ்சத்தின் பால் கொடியில் பாயும்

ஆம்பல் இலைகளின் அடிப்பாகம்
நஞ்சுக்கொடியாய்ப் படமெடுப்பதை
கூர்ந்து நோக்கினால் மட்டுமே புலப்படும்
மேலோட்டம் பளபளக்கும் பிழை

இயற்கைக்குள் துணிச்சல் மிக்க ஞானம்
இயல்பாகப் பிறக்கிறது

மகிழம்பூவின் மகரந்த மடியில்
பால்வாசம் ஊற்றெடுப்பது
கருஞ்செம்பைப் பூவின் மேனியில்
கருந்தீ பாய்ந்து படர்ந்து விரிவது
மனிதனால் உருவாக்க முடியாத
இயற்கையின் துணிச்சல்

ஒரு தாவரத்தின் மெல்லுணர்வை
குருத்தைச் சிதைப்பதன் மூலம்
அதிகம் காண்பீர்கள்

மனிதர்களின் உணர்வைச் சொற்பமான
சொற்களால் எதிர்மறையாகத் திரிப்பீர்கள்
ஆயினும் நேர்மை - சூரிய உருவம்
அதில் சுகம் ஒன்று இருக்கிறது வாழ்வில்

இயற்கையின் உயிர் நாடி செயல்
சொல்லினும் மேலாக ஆளப்படுவது

6.8.2021

3. கண்ணாடி

கண்ணாடியை உடைப்பதன் மூலம்
தண்ணீரின் குறுக்கு வெட்டுத் தோற்றத்தை
பிம்பங்களின் பறந்த மனதை
பசித்துப் பிறக்கும் கண்களை
தலைகீழ்த் தத்துவத்தின் புதிரை
கூர்மைகளின் வெண்குருதிகளை
வடுக்களற்ற வார்த்தைகளை
பாதரச உறவை
பாசாங்கற்ற உண்மைகளின் துருவல்களை
கச்சிதமான திசைகளின் கோணங்களை
பிரிவின் பரிசுத்தத்தை
உணர்வுகளின் உள்கொதிப்பை
பன்முகப் பித்துக் கொண்ட மனிதர்களை
பயப்படும் வானத்தின் கால்களை
காண்பீர்கள்

கண்ணாடியை உடைக்காமல் திருப்பி வைப்பதன் மூலம்
அமைதியைத் தாலாட்டுவீர்கள்
ஒரு சொட்டுக் கண்ணீர் - மலர்

கண்ணாடியைப் பார்க்காமல் இருப்பதன் மூலம்
உலகையே காதலிப்பீர்கள்

23.8.2021
9:32 pm

4. இயற்கையின் பச்சையம்

மார்பு வளையம் உணர்கிறது
பிறப்பதற்கு முன்பே
பனிக்காற்றின் ஈரமாக இங்கிருந்ததை
இறந்த யாவரும் புல்லாங்குழலுக்குள்
மடங்கி உறங்கும் இசைச்சதையாக இருப்பதை
மார்பு வளையம் உணர்கிறது

பாதுகாப்பின்மை தான் மனித வாழ்வை
துணுக்குகளாக்குகிறது
எனது பரிவுநரம்புகள் பதறியபடி இருக்கின்றன
இடம் இருப்பு இருள்
வெளிச்சம் வரப்பு வட்டி வாய்தா
சொத்து சுரண்டல் சுகம்
துரோகம் முதலாளித்துவம்
பதுங்குக்குழி பசி வறுமை
விசுவாசம் நிலம் தத்துவம்
உரிமை அதிகாரம் அரசு
அநீதி அடக்குமுறைகள்
தந்திரம் போர் விடுதலை வெற்றி யாவும்
காலம் காலமாகக் கைமாறுபவை

மேலும் மனிதனின் உற்பத்தி
விசித்திரங்களைப் பிரசவித்து
முரண்பாடுகளை அறுவடை செய்பவை
இயற்கையின் பச்சையத்திற்கு எதிராக
கடக்கும் போது பூமி கதறும்
இருளும் இயக்கமும்
மண்ணிலிருந்து கெம்பீரிக்கும்

எந்தப் பெயரும்
எந்த மார்க்கத்தின் குரலும்
சுழலும் பூமியின் காதுகளுக்கு எட்டுவதில்லை
பசியோடு கண்ணடைத்துக் கிடக்கும்
ஒருவனின் நெஞ்சுக்குள்
தண்ணீரே பாயும் இரத்தம் அல்ல
அந்நேரம் எங்கோ ஒலிக்கும்
எத்தகைய மதப்பாடலும் உணவாகாது

உடைந்த பானையும் வேட்டைப் பூனையும்
பெரிய கண்களைக் கொண்டவை தான்
ஆயினும் என்ன
பூமி சுழலும் வரை எல்லாம் கைமாறும்

சூன்ய நிலையின் வினையினை
தொட்டு உணரக் கூடுமோ
புகைமயமான குழியாய் இறந்த காலம் கிடப்பதை
நீர்மயமான நீலப்பாத்திரமாய் நிகழ்காலம் சுழல்வதை
தீமயமான குறுந்தடியாய் எதிர்காலம்
முன் நிற்பதை
குறித்து வைத்துக் கொள்ளலாம்
வேறு வேறு வித்தியாசம் கொண்ட
ரேகைகளுடன் மனிதர்கள் உதிப்பார்கள்

கைமாற்றிக் கைமாற்றி
பூமியின் உன்னதங்களை இழுத்து வருவார்கள்

இறக்கும் மனிதனைக் குழந்தையாகப் பாவித்து
பால் ஊட்டும் மரபு
எத்தகைய மகோன்னதம்

ஓர் உப்பின் உறுப்பளவு கூட
மதிப்பு பெறப்போவதில்லை
தானம் செய்யப்படாத உடல்

இயற்கையின் பச்சையத்தின் மேல் துடிக்கும்
ஒரு நரம்பாகவே வாழ்ந்து விட்டுப் போகலாம்

மூளையில்
கைரியும் சல்சியும்* உரையாடுகின்றன

பிறப்பதற்கு முன்பே இங்கிருந்ததையும்
இறப்பதற்கு முன்பே இல்லாதிருப்பதையும்

18.11.2018
8:20 pm

★ (Gyri & Sulci) - கைரி சல்சி என்பது மூளையின் மடிப்புகள் ஆகும் - இது அதிக நரம்பு செல்களைக் (Neurons) கொண்டது. இது சிந்தனை, நினைவாற்றல், கற்பனை மற்றும் அறிவாற்றல் போன்ற உயர் செயல்பாடுகளுக்கு அவசியமான பெருமூளைப் புறணியில் (Cerebral Cortex) அமைந்துள்ளது.

5. ஞானம்

தந்திரமான தர்க்கம் ஞானமாகாது
சதுரமாகவோ முக்கோணமாகவோ
சதுரங்கக் காயில் ஒன்றாகவோ
சிக்கிக் கொள்பவன்
தொடரியாக இருக்க முடியாது
ஆயுதங்கள் பெருகிய தேசத்தில்
நுரையீரல் சுத்தமாக எந்த ஒரு எழுத்தாளரும்
இருக்க முடியாது
ஆசையிலிருந்து விடுபடாமல் பூ உதிராது
ஏழ்மை எந்த நெருப்பிலும் எரியாது
எளிமை கருக்காது

6.8.2021
2:57 am

6. மெய்வாசகம்

காண்பதில் என்ன இருக்கிறதோ
காணாததில் அதன் உயிர் இருக்கிறது
உயிர் எங்கே இருக்கிறதோ
அதன் உன்மத்தம் வேராக இருக்கிறது
எங்கே வேர் இருக்கிறதோ
அதன் உச்சியில் ஒரு சுயம் இருக்கிறது
எங்கே சுயம் இருக்கிறதோ
அது பெருகத் தவிக்கிறது
எது பெருகத் தவிக்கிறதோ
அது இடங்களைத் தேடுகிறது
எது இடங்களைத் தேடுமோ அது வெல்கிறது
எது வெல்லுமோ அது தோற்றுவிக்கிறது
எது தோற்றுவிக்குமோ அது அதிகாரம் செலுத்துகிறது
எது அதிகாரம் செலுத்துகிறதோ
அது அதிக மடமைகளைச் சூழவைக்கிறது
எங்கே மடமைகள் சூழ்கிறதோ
அங்கே சமத்துவம் சீர்குலைகிறது
எங்கே சமத்துவம் சீர்குலையுமோ
அங்கே அநீதி எழும்புகிறது
எங்கே அநீதி எழும்புகிறதோ
அங்கே ஒடுக்குதல் உருவாக்கப்படுகிறது

எது ஒடுங்குகிறதோ
அது அறிவை விட்டுவிடுகிறது
எது அறிவைக் கைவிடுகிறதோ
அது மனோபலத்தை இழக்கிறது
எது மனோபலத்தை இழக்குமோ
அது தன்னைத் தொலைக்கிறது
எது தன்னைத் தொலைக்குமோ அது அடிமையாகிறது
எது அடிமையாக்கியதோ அதுவே ஆள்கிறது
எது ஆள்கிறதோ அது பணியவைக்கிறது
எதற்குப் பணிகிறீர்களோ அதற்கு நிமிர்வீர்கள்
எதற்கு நிமிர்ந்தீர்களோ அதை வணங்குவீர்கள்
எதை வணங்குகிறீர்களோ அதைச் சந்தேகிப்பீர்கள்
எதைச் சந்தேகிக்கிறீர்களோ அதை ஆராய்வீர்கள்
எதை ஆராய்கிறீர்களோ அதில் குழம்புவீர்கள்
எதில் குழம்புகிறீர்களோ அதில் கரைவீர்கள்
எதில் கரைகிறீர்களோ அதில் தெளிவீர்கள்
எதில் தெளிகிறீர்களோ அதில் காதல் கொள்வீர்கள்
எதில் காதல் கொண்டீரோ அதில் ஞானம் பெறுவீர்கள்
எதில் ஞானம் அடைவீர்களோ அதை ஒளியாக்குவீர்கள்
எதை ஒளியாக்கினீர்களோ அங்கே இருப்பீர்கள்
எங்கே இருக்கிறீர்களோ அங்கே இதற்கு முன்பும் இருந்தீர்கள்

18.3.2020
04:20 am

7. சமத்துவத்தின் ஆன்மா

கண்முன்னே தெரியும் கொடுமையின் நாளிலிருந்து
ஒரு பொன்வண்டாய்ப் பறந்தொழிய வேண்டும்

பிசைந்து உண்ண ஒருபிடி மண்ணும்
அற்றுப் போன செய்தியை
நடுங்கும் நுரையீரலின்
நுண்காற்று அறைகளில் வைத்துவிட்டு
அலறுவதற்கும் அமைதியாவதற்கும்
மறைவிடம் தேடிக்கொள்வது நலமாகும்

இழந்துவிட்ட உறவுகளின் அருவங்கள்
இன்மையின் இன்சொல்லில்
போராட்டத்தை நிறுத்தாமல் பாடுகையில்
நிர்க்கதி மாறும் காட்சியை
ஒப்பாய் வைப்பதற்குப் பொழுதும்
மழைக்காற்று நன்னிறம் பெறக் கவித்தலமும்
பூர்வமனிதர்களின் இதிகாசம் எழுதாத
முல்லைப் பறையின் சவ்வும் கிழிந்த பின்
எதனை ஆயத்தப்படுத்தி
எவ்விடம் நிறுத்தி எவரிடம் சொல்வது

பசிகள் அனைத்தையும் துறந்த
எனது மனக்குறிப்புகள் நடுங்குகின்றன
கொடுங்காலத்தை
குடைசாலி மரப்பூக்களின் மென்மையில் பாடி
உதிர முடியவில்லை

எனக்குள்
மரணகதி கொண்டு காடு அசைகிறது

உயிர் முத்திரையைப் பிடித்துக்கொண்டு
உங்களிடம் இறுதியாக ஒன்றைச் சொல்ல வேண்டும்

சமத்துவத்தின் ஆன்மா
இயற்கையின் பஞ்சபூதக் கரங்களில்
வல்லமையாய் எங்கும் எதற்கும்
பல்லுயிர்க்கும் படர்ந்திருக்கிறது

உணர்ந்து தொழுவது உத்தமம்

எனது நம்பிக்கைகளைப் பிடுங்கிய இடத்தில்
சங்கின் மௌனத்தை வைத்துப் போகிறேன்

சந்தனக்கூட்டின் சுவாசத்தை
மண்
வாஞ்சையாய் உறிஞ்சிக்கொள்ளும்

22.10.2018
11:02 pm

8. புறந்தள்ள முடியாத இடம்

காலி செய்யப்பட்ட பழைய வீடாகப் பசி

உள் அனல் பாதை வெறிச்சோடி
தெய்வத்தின் காதுகளாய் அமைதியுற்றன

இரவு
பகல்தும்பைப்பூ கருக்கிச் செய்யப்பட்ட மை

புறக்கணிக்கப்பட்ட அவயங்கள் தாம்
ஆனாலும்
விலாவுக்குள் வசவுகள் குடியேறாது
ஏன் எந்த வர்ணனைகளும் படிகாணாது

ஆனால் உள் ஒளிப்பாதை எங்கும் கருணை பாயும்

அருகமைவு என்ற ஒன்றே காணாத
இளமையை மிச்சமற்ற பாத்திரமாய்
காலம் காட்டுகிறது

வெறுமை போல உன்னதம் ஒன்று
காணமுடியவில்லை
அது புடமிட்ட விடுதலை

கண்ணீருக்குள் தீ உட்பெருகும் போது
காடளவு கனக்கிறது காதல்

எவ்வுயிரை அதிகம் விரும்பினேன் என்பதை
பத்திரமாக இறுதிவரை
என் கூட்டுக்குள் அடைப்பேன் எனில்
வாழ்வு எப்படிப்பட்டது

காகத்தின் திடீர் மகிழ்வு செத்த எலி
என்பது எத்தகைய வலியோ
அப்படித்தான்
இயற்கை என் மரணத்திற்கு வலிமகிழும்

பறவையின் வாழ்வை அதன் மிச்சங்கள்
மிச்சமின்றிப் பேசுவது எவ்வகையோ
அவ்வகையில் எழுது விரல் மட்டும் ஞாபகமாகும்

சூரியனின் ஒரு சொட்டு ஒளியாய்
காதலின் ஆன்மாவுக்குள் இருப்பேன்

அன்று
சமத்துவத் தத்துவத்தின் வரிகளாய்
மழை பெய்துகொண்டிருக்கும்
சகலருக்கும்

அன்பிற்கென மன மொட்டு
ஏழாயிரம் முறை தோல்வியுற்று அவிந்து நீலமாகியது

ஆயினும் பூமியில்
என்றும் தீராத எழுத்தினுள் குடிபுகுந்தேன்
புறந்தள்ள முடியாத இடம் வேறொன்றுமில்லையே

29.9.2020
08:29 pm

9. நாக – நடன – உறைவுகள்

கார்காலம் கெம்பீரிக்கிறது
இந்நேரம்
மலைகள் இளங்கிளையாய் இடியோடு நடந்து
காற்றின் மீறுதல்களைக் கொஞ்சத்துடிக்கலாம்
மழை - மலைகள் மீது இறங்கும் நாகப்பாடல்
புல்நுனி - எறும்புக்குச் சிகரம்
சிகரம் - கழுகுக்குக் கால்நகம்
பள்ளத்தாக்கில் வானவில்
பிரதிபலிப்பது ஒளித்தன்மையை மட்டுமா
புலம்பெயர்ந்த வேதனையை
முதுகில் பாம்பாய்ச் சுமந்தபடி
நகர வீதியின் எலும்பு
முக்காலத்தில் காட்டின் பாதையாய் இருந்ததை
நினைவில் வருடுகிறேன்
கொம்புகளைக் கொண்ட எழுத்துருக்கள்
நிலத்தில் பதிந்திருக்கின்றன
என் தாய்நாட்டில் மிச்சமிருப்பது மொழி தான்
அதன் வழியாகவே இழந்த யாவும் மீட்க
வேண்டியிருக்கிறது
பூர்வத்தில் சனங்களின் தங்கும் குகை
உக்கிரமான கற்களால் ஒளிர்ந்ததை
மழை சீறுகிறது

சிக்குண்ட மேகங்களை பூமியில்
நட்டுவைக்க எப்படிப் பழகினார்கள் மலைவாசிகள்
ராஜ தந்திரமுடிச்சுகளை
தாவரங்களின் நார்களில் எப்படி உரித்தெடுத்தார்கள்
ஆயில்மரத்தில் கசியும் எண்ணெயோடு
துயரங்களை எப்படி எரித்தார்கள்
மலைச் செந்நெல்லை
செல்வமாய் எப்படி மாற்றினார்கள்
நடுங்கும் நரம்புகள் வழியாக
நிலத்தை அணைத்துக் கொள்கிறேன்
மனம் ஆலங்கட்டியாய் உடைந்து விழுகிறது
உன்னதங்களின் தாய் காடு
மலைகள் நாக நடன உறைவுகள்

10.8.2021
4.10 am

10. கடவுளை வரைதல்

கடவுளை மனதுக்கு நெருக்கமான
நிலையில் வரைந்த குகை முன்
கருங்காலி மரத்தை வணங்கினோம்
காதின்றியே கடவுளை வரைந்தோம்
எதையும் யாசிக்க நாங்கள்
கடவுளைப் படைக்கவில்லை
ஒரு கல்லின் மேல் கல்லுயிர் நட்டோம்

கழுகு தன்னைத் தான் வரைந்து
பறந்த விசையில்
உணவுகளைக் கண்டடைந்து
வானுக்கும் அனுப்பினோம்

தேனீக்களின் கூட்டு அறைகளில்
மலைவீடு அறிந்தோம்
தேன்மெழுகில் தீயின் கலை அறிந்தோம்

தட்டையான நட்சத்திரத்திற்கு
வால் வளர்க்க இமைகளை ஏவினோம்

நீரினை நீரைவிட யாரும் வரைந்து காட்டவில்லை

வெயிலின் வாசனை நிலாவுக்கு இருக்கக் கூடும்
வுள்கட(ந்து) சென்றால்
ஆலங்கட்டி மழை
சூரியனின் மனசாக இருக்கக்கூடும்

வாழ்வு காட்டுப்புறாவின் சிறகுத் தவிப்பு
மரணத்தின் கூடு சதையாலானது

உள்வயமான இரத்த வேர்களில்
குழந்தைகள் ஊஞ்சலாடுகிறார்கள்
காலத்தைப் பனிக்குடத்து நீரில்
கசப்பகற்றி வாசிக்கிறார்கள்

தலைகீழாகப் புலம்கண்டு
சிறு குமிழான பூமியில்
ஆதித்தாவரம் தீண்டுகிறார்கள்

அதிகபட்சமாக பசிக்கு
மண்ணைச் சிரட்டையில் சுட்டுத் தின்கிறார்கள்
பழங்குடியின் பாட்டில் தவறாமல் இருக்கும்
பிரம்பின் அடியும் மூங்கிலின் முனகலும்
அவை இழுத்துச் செல்லும்
வனத்தின் வழி
கடவுளின் கண்ரேகை

பசியின் உச்சத்தில் படைத்த தீ
இருளின் மூலத்தில் படைத்த பேய்ச்சி
பகலின் நடுவகிடில் பங்கிட்ட காலக்கணக்கு
தெருவின் தொடுமுனையில் சிதறிய
உறவுகள் எல்லாம் சிறு தெய்வங்கள்

தூசிபடியாத வான் மடிக்குமேல்
கடவுளின் நிலையை மனிதன் வரையவேயில்லை

29.7.2021
6:31 am

11. மெய்யானவை

பிறப்பின் நோக்கம் இன்னதென்று
ஆராய
பஞ்சபூதங்களில் காற்றைத் தேர்வு செய்யலாம்

இறப்பின் நோக்கம் இன்னதென்று கூற
கவிழ்ந்த வானத்தையே பாத்திரமாகக் காட்டலாம்

இருப்பின் பயன் இன்னதென்று நிரூபிக்க
நிலத்தில் வார்த்தைகளை விதைக்கலாம்

வாழ்வை நினைவுகளின் தொகுப்பு என்று
சுருக்கமாகக் கரிக்காட்டில் பாடலாம்
எனினும் அவை செயற்கையான உற்பத்தியும் கூட

வாழ்வு தமக்கினியதாய் வாய்க்காத போது
மனதில் நினைவுகளைப் படைத்தல் நல்லது
Yes I invented some memories
அவை இயற்கையானவை உணர்வுபூர்வமானவை
மெய்யானவை

16.3.2020
03:42 am

12. சிலந்திப் பட்டு

வையகத்தின் தோற்றுவாயிலிருந்து
உயிர்ப்பசை இழுக்கிறது சிலந்தி
ஒரு முனையைப் பூமிக்கும்
மறுமுனையை வானுக்குமான
பட்டாய் இழுத்துக் கட்டுகையில்
வானம் வெள்ளித்திரியாகிறது
மரபணுக்களின் மந்திர முத்தம் கொண்டு
தந்திகளை வானகத்தின் காதுகளுக்குத் திருப்புகிறது
கணிதத்தின் காந்தம்மிக்க விதிகளை
கண்டறிந்த ஆதிப் பொன்கிழவியின்
தந்திரப் பேத்தியாய்
சுழன்று கட்டுகிறது வீடு
பனியும் மழையும் வெயிலும்
வச்சிரதந்திக் காற்றும் அறுக்கமுடியாதபடி
வானோக்கி விரிகிறது வலை
சிலந்தியின் எட்டுக் கண்களுக்கு
கோள்களை இயக்கும் மாயம் தெரியக் கூடும்
சிலந்தியின் இதயம் கொதியோசை கொண்ட
இசைக்கருவியாக இருக்கக் கூடும்

தடுக்கிதழ் திறந்து
தான் படைத்த மென்னதிர்வு மிக்க தந்திகளை மீட்டி
அது பாடுகிறது
முன்னூறு மில்லியன் ஆண்டுகளுக்கு மேலான வலிகளை
மனிதர்கள் இல்லாதிருந்த உலகின்
வார்த்தைகளற்ற காலங்களை

சிலந்திவலையின் வாசனை
கற்பாறையை ஒத்திருக்கிறது
சிலந்தியின் மூளை தொன்மையின் ஊற்று

29.3.2023
3:45 am

13. காலக்குருதி

அன்று முதல் அவன் மனதில்
அவள் பிரசவித்துக்கொண்டிருந்தாள்
வலிகளை இரவுகளாகவும்
பகல்களை அக்கினிப் பறவைகளாகவும்
காலமோ அவனுக்கு
குற்றவுணர்வுகளாவே பிறந்தன
பள்ளத்தாக்கின் ஆழத்தில்
அவனது இரகசியங்களோடு புதைந்து இருண்டாள்

அவனுக்கு வீதிகளோ பிரகாசமாயிருந்தன

15.3.2017
00:24 am

14. மெய் ஏது

வெந்த நொச்சி இலைகளின் வாசத்தில்
வானம் ஆவியாகிறது
தனிமையை விட
மேலான மோட்சநிலை ஏது
இவ்வரகதியின் திருகு ராட்டினத்தில்
பதிந்த பற்றுகளின் பற்று ஏது
ஓர் உயிரெழுத்தைவிடக் குறுகிய வாழ்வில்
முன்னந்தம் பின்னந்தம் ஆனந்தம் ஏது
மாளாத ஆடல் திருவிளக்கின் இலையுடலில்
இறுதியாய் இருப்பதேது
மணல் வீட்டின் மத்தியச் சுவரை விட
வலிமை மலிந்த உறவெனும் நோய்க்கு மருந்தேது
பற்றற்று வீழும் புலத்தில்
மெய் ஏது மொய் ஏது
இருக்கும் இடத்திலிருக்கும் இல்லாமையில்
இருக்கப் போவது ஏது
மார்க்குழி மத்தியில் இறுதியாய்
மறுகுவது ஏது
எட்டிப் பழமே பூமி
அதன் பித்தநீர் மாந்தர்க்கு பிழைப்பு

7.4.2022
7:12 am

15. கந்தகக் காடு

சிரிப்பு தொலைவது
உறைக்குள் வாள் மறைவது

கண் கலங்குவது
கனிந்த உத்திராட்டம் பழம் கசங்குவது

முத்தமென்பது
அடக்கினால் - ஆகாச நீளம்
தந்தால் - கடலின் நடுத்தண்டு

இதயத்தில் பிரிவை
முத்திரை குத்தினால்
மரண தாண்டவம்

நிகரற்ற ஒருத்தியை உருவகப்படுத்துவது
தீப்பிழம்புகளால் காட்டின் மடியில்
பாதை தெளிப்பது

எங்கும் பாலை எனப்படுவது - பசி

குருதியில் மணல் ஓடினால்
நம் உருவம் எங்கோ தோற்று விட்டது
திரும்ப மனமின்றி

விலா எலும்புகளுக்குள்
வியாகுலம் நிறைந்து விட்டது எனில்

யாரின் நினைவோ அவ்விடம்
கந்தகக் காடு

எதற்கும் ஒப்பாகிறோம்
எதற்கும் பிழையாகிறோம்

குளிரின் இயல்பிலிருந்து
வலிந்து வெம்மைக்கு நகரச் சொன்னால்
எப்படி நீர் எரியும்

நிலவின் உடலெங்கும்
நதியாழக் கண்கள்

வீடு - காட்டின் கடந்தகால மரத்தூர்

விதி - உடலின் அகநிழல்

16.1.2021
10:18 pm

16. உயிர்ச்சொல்

கருணைமிக்க வார்த்தைகள் போல்
உயிருக்கு நீர்மம் ஏற்றும் ஒரு குளிகை
உலகில் இல்லை

31.8.2019
11:51 am

17. மனதின் வளையம்

விழியற்ற ஒருத்தியின் உதடுகளால் ஆன
மாய உடலாகவே அலைகிறது
பனிக்காலை

தண்டுவட நீர்மம்
மூளையினுள்ளே துடிப்பது
உயிர்ப்பின் ஊற்று

பூமியை ஏகமாய்ச் சுழலவிடுவது எதுவோ
அதுவே மனதின் வளையமாகிறது

தெளிவு என்ற சொல்லின்
ஆகப்பெரும் பரிசுத்தச் சொட்டுகள்
நமக்குள்ளே தான் ஊற்றெடுக்கின்றன

மறைவிலா வெளியில் இரகசியங்கள்
மறைந்திருக்கும் நுண்மை
வெள்ளிப்பூவாய் வந்தமர்கிறது

கழல் மொழியில் மேலும் அது பேசுகிறது
மூளை வாழும் நிலப்பரப்பை விட
அதிக ஆச்சர்யங்களின் ஆழங்கள்
கொண்டதை

வெற்றுப்பாதங்கள்
உதடுகளை விட மேலானவை
கிளைவிளக்காக

மண்ணில் சுடரும் அவை
புல் உரசும் இசைமணியில் மிதப்பவை

தட்டாம்பூச்சிக்கு
இது பேரொலியாக இருக்கலாம்
மனதின் வளையத்தை இப்படித்தான்
சுழலப் பழக்கி இருக்கலாம்

5.1.2018
6:10 am

18. மகா மயா

ஈரம் - பூமியின் உண்மைகளையும்
பால்வெளி - ஒளியின் - அனல் அதிசயங்களையும்
வரைந்துவிடுகிறது

இவ்வுலகெனும் வெடிப்பு
எத்தகைய அனல் ஈரம்
மகா மயா!!!

6.4.2021
10:46 am

19. இரவு நகர்வதை

இரவு நகர்வதை
துறவு மலர்வதாய்
நிலவும் நுகரலாம் என்னோடு

20. தேவை

குற்றத்தை விவரிக்க வேண்டியதில்லை
ஆட்சியாளன் பெயரை உச்சரியுங்கள்
குற்ற காலம் நெளிந்தாடும்

நீதியை விவரித்துச் சொல்லுங்கள்
போராளியின்
எரித்துச் சாம்பலாக்கப்பட்ட வாழ்நிலம்
பளபளத்து வெளிவருவதைக்
காண்பீர்கள்

நம் சகோதரர்களின் எலும்புக்குள்
பாய்ந்தோட வேண்டியது
நம்மால் நம்மிலிருந்து படைக்கப்பட்ட
தீ தண்டு

28.12.2019
02:22 pm

21. வனநீலி

உதிரவாசனை உட்பெருகும் காட்டில்
நிதம்ப உருக்கொண்டு பூக்களும்
தியானம் செய்கின்றன
வெட்டுப்பட்ட மரப்பட்டைகளுக்கு இடையே
பதறும் முகங்கொண்ட மூதாதையர்கள் புலம்புகிறார்கள்
மலைக்குகைகளெங்கும் பாறைகள்
மனித உணர்வுகளிலே
சித்திர சொரூபங்களாகி வளருகின்றன
திசையெல்லாம் காண்பதாய்
மரச்சதையெங்கும் கண்கள் முளைக்க
நிற்கும் பெருங்கிளைகள்
இசையெல்லாம் கேட்பதாய்
காதுகளாகவே சாயும் பள்ளத்தாக்குகள்
பெண்ணின் கருணைதான்
மக்கிப்போன யாவற்றிலும் கூடச் செயலாகிறது
இயற்கை - பெண்

வனநீலி துடிகொள்கிறாள்
உடல்வேண்டி உடல்வேண்டி
இரத்த தாகம் எடுத்தால்
என் அகம்கொய்து அகம்கொய்தே
உயிர்ச்சங்கு படைப்பேன்
தாய் - நிதம்தின்று - நிதம்உண்டு
உலகு காண் என்று துடிப்பேன்
எதிலும் உயிர்கண்டு உயிர்கொண்டு
என் உளச்சாரல் பிடித்தால்

அறம்கொண்டு அறம்வென்று
நயம்யாவும் அருள்வேன்
என்று பாடிச் செல்கிறாள்

மலையூற்று அவள் கண்ணீர்
அதில் பெருகுவதெல்லாம்

நம்பா நெஞ்சத்து மக்களுக்கும்
மரகதமலை மார்பே
மொழியும் அமுதும் என்பதுவே!

6.1.2021
3:31 am

22. பிரிவு

மூச்சுக் குழலில் சிக்கும்
ஒரு பருக்கைச் சோறு

7.2.2017
12:34 am

23. மெய்நிலை

அக அனலை
பனித்துளியாக ஒப்புக்கொடுத்த இரவு
ஒதுங்கி விட்டது

நீர் நிலைகளில்
பிம்பங்களைப் பருகும் பறவைகள்
நிலையின்மையைச் சுழிகளாக்குவது
எத்தகைய உத்தேசம்

இப்போது வானம்
பூத்த நாணலாய் ஆடுகிறது

காடு
மரகதப்புறாவாகப் பறந்து வருகிறது

மெய்நிலை இளைப்பாற
போதுமான நிழலை
தந்துவிட்டுச் செல்லும் அது

அரிகாடை பாடும் விதமாக
மரங்களிடையே
தலைகீழாக அலைகிறது மனம்

15.2.2018
7:20 am

24. நீட்சி

ஆந்தையின் கூவிளி இரவின் சாவி
ஆயினும்
நீ உச்சரித்த வார்த்தைகளால்
மூளையின் முன்மடல் காந்துகிறது

எத்தகைய கம்பளி அகம்
அது நம்மை அணைத்துக் கொள்ளும் போது
நடுநிலைப்புள்ளி நோக்கி ஓடும்
நீர்த்துளியாக உடைந்து தொலையலாம்

பிணைக்கயிறோடு கத்தும்
பசுவின் சொற்கள்
தைலக்குப்பிகளில் இருந்து புறப்படும்
வாசனைமிக்க மருந்தாகப் படியேறுகிறது

காணிநிலத்தில் மேயும் கட்டுவிரியன்
மரணத்தின் மணிக்கூண்டு

பூமியில் சமநிலைச் சில்லுகளாக
ஏதேனும் விழுகிறதா

நீட்சி - எல்லையற்ற கருணை

4.1.2018
11:41 pm

25. நெஞ்சோடு கூறல்

தேன் புலிப்பல்லால் வானம் கடித்தபடி
அடிவயிறு புரட்டித்தூங்கும் பூனை
அதிகாரத்தில் பால்குடித்துச் சார்ந்து சாய்ந்தது

மீன்குஞ்சுகளுக்குக் கடலே சகலமாகினும்
கடலில் காது ஊன்றித் தூங்க முடிவதில்லை
அநீதிகள் பெருகியதை
ஆதிமுதல் கவனித்த கண்கள் அவை

மனிதமூளையும் மீன்களே

எரிமலைச்சாறு கனலால் அழுவது
பாறைகளில் பாசிகள் தேசவரைபடமாய்ப் படர்வது
மார்பிழந்த மனுசிகளாய் மரங்கள் காட்சி தருவது
குகைகள் மிருகவடிவங்களில் வளர்வது
நிலத்தின் பொன்சாறு பொங்கப் பூக்கள் பூப்பது
மாதுளம் சிவந்த ஒளியில் கனிவது
பறவைகள் சிறகில் சமநிலை பாதுகாப்பது
குரங்குகள் எந்த உணவையும்
தர்க்க சந்தேகத்தின் பின்னே உண்பது

நீர்நிலைகளின் வறண்ட காயங்கள் புலம்புவது

மனிதன் கண்டறிந்த நெல்லின் உரைவீச்சு
வேப்ப விதைகளின் வரலாறு
குழந்தைகளின் கோடுகள்
சிதிலமடைந்த கோயில்களின் கருவறைகள்
நடுகற்களின் ஆன்மாக்கள்
எழுத்தின் பெருமூச்சு
யாவும் குரல்களே
நெஞ்சோடு கூறல் பல்லுயிர்மொழி

1.9.2021

26. சொற்கள்

கண்கள் பறந்து விட்டன
தசையினைச் சுட்ட சொற்களை
இருள் அள்ளுகிறது
பகலின் கொப்புகளைச் சிலுவையாய்த் தந்தீர்கள்

அதீத அன்பைத்தான் புளித்தகாடி என்கிறீர்கள்

அப்புளித்தகாடிபோல் வேறு ஏதேனும்
எனது உலர்ந்த ஆன்மாவுக்கு
வழங்க முடியுமா

உயர்ந்த ஈட்டி உங்களிடம் உண்டு

என் விலாவில் உயிரில்லை
நீங்கள் மேலும் அடிக்கலாம்

எனது கல்லீரலில் சொற்கள்
உயிர்க்கத் துவங்குவதைக் காண்பீர்கள்

அச்சொற்கள் வசம்பின் வாசனையோடு இருக்க
எனது மண்ணையும் சுவைப்பீர்கள்

வனாந்தரத்திற்குக் கடல் ஒருபோதும் ஒப்பில்லை
என்ற எனது குரலை
உங்களால் உடைக்கயியலாமல் போகும்

மௌனங்களைப் படைத்து
வெடித்துப் பறந்த என் ஆன்மா
கடலின் கல்லறையில் வசிக்கப் போவதில்லை

20.11.2016
02:04 am

27. உயிர்த்தல்

எப்படிச் சாவதென்று
தீவிரமாக யோசிக்கிறேன்

எப்படி மரணத்தைவிட
கொடிய வாழ்வை வாழ்ந்தோம் என்று
ஒரு வாள் அகத்தில் சுழல்கிறது

29.1.2019
12:34 am

28.கடல்

அலைகள் வெள்ளிச் சிறகைத் தந்துவிட்டு
மனிதர்களின் தோல்விகளை
கடலுக்குள்
எடுத்துக் கொண்டு போகின்றன

ஒவ்வொரு கடலிலும்
கடல் கன்னிகளின் சொற்கள் அலைகின்றன
வரலாறுகளில் ஒடுக்கப்பட்ட
பெண் உணர்வுகள்தான் அவை

கடலாழத்தில்
நிறங்களின் பாய்ச்சலை நிகழ்த்தும்
மீன்களின் கருமுட்டைகள்
நிறஒளிகளின் கடவுள்கள்

இயற்கையின் உறைந்த கோவம்
மௌனப் பாறைகள்
அதற்கு அடியிலும் ஆயுதக் கிடங்கு

மீனவனின் வலைகளில்
என்றும் தீராத சமூகச் சிக்கல்கள்

அதிகாரமாகவே மிதக்கும் கப்பல்கள்

கள்ள மருந்துகளின் அலங்காரத் தீவுகள்

கரையெங்கும் சிதறிக்கிடக்கும் யாவும்
தேசத்தின் நிலைகள்

எல்லைக்கோடுகளே நச்சுமிக்க
மகா விரியன்கள்
மனிதனுக்கு உலகம் சதுரமானது

கடல் முழுதாகக் கால்நீட்டி அமர்ந்த காடு

29.8.2021
9:10 pm

29. இருத்தலின் கண்

ஒரு எளிய வாழ்வில் இரண்டு ஆபத்துகள்
தெரிந்தோ தெரியாமலோ ஊடாடுகின்றன

நம்பிக்கை என்ற சொல்லையும் குற்றவுணர்வையும்
அதிகாரமாகத் திணித்து
மக்கள் மீது மதமும் சாதியும் ஆதிக்கம் செலுத்துகின்றன

புறவுலகில் நாம் காண்பதெல்லாம்
அநீதியின் அடிப்பிடித்த கறுப்புகளே

அர்த்தமற்ற அதிகாரங்களால்
மதங்களை மார்பில் கட்டுவதால்
கூட்டுச் சதியால்
இந்த இயற்கையை மாற்றி விட முடியாது

இயற்கை இருமைப் பண்போடு செயல்படுவதில்லை

ஒருமை தீண்டமுடியாத சக்தியாக உயர்ந்திருக்கிறது

உண்மை தான் ஒருமையாக எங்கும் வியாபித்திருக்கிறது
அதன் சித்தத்தை உயிர்க் கொள்கையாக்குக

எந்த வேறுபாடுமின்றி
அது நமக்கு யாவும் ஊட்டுகிறது
அதன் நுண்மைமிக்க கால்தனை
பற்றுதல் நலம்

மொழிகளில் விஷமேற்றி
தேசத்தைப் பாழ்படுத்துகையில்
அதனை ஆராதிக்கக் கூடுமோ

இவ்வகையில் நம் வாழ்வை
ஒப்புவித்தல் முரணானது

கடைசிக் கணம் இது என்பதை அறியும் முன்னே
அதை நாம் கடந்திருப்போம்

அப்போதும் இங்கே மொழி தான்
இருத்தலின் கண்
கைவிடவே கூடாததும் அதுவே

புறவுலகைப் புரிய முயற்சிப்பதை விட
அகத்தில் சமத்துவத்தை நடுவது நல்லது

எதன்பொருட்டும் தன்னியல்பை
மாற்றிக்கொள்ள விரும்பாத தாவரங்களிடம்
நமக்கான போதனைகள் வளர்கின்றன
எத்தகைய கருணைமிக்க ரத்தம் அவை

புரிதல் இல்லாத தவிட்டு மூட்டையாக
புத்தியை வைத்திருத்தல் வீண்

சொந்த மண்ணில் சொந்த மக்களை
அடித்து அழித்தல் எத்தகைய கோழைத்தனம்
மகாவீரம் என்பது அன்பு மட்டுமே

9.5.2019
8.02 pm

30. காகம்

காகத்தின் கால்கள்
விடுதலையின் பரப்பளவை
வரைய வல்லவை ஆயினும்
காகத்தின் அன்போ
வானத்தை விட விசாலமானது
தன் இணைக்கென கணமெல்லாம்
காத்திருப்பை வாழ்வாக்குவது
கூட்டின் நீள அகலங்களை
தீர்மானிப்பதில் கூட
பரிதவிப்பைச் சிறகுகளால் நெய்வது
மனிதர்கள் மரங்களை விட
மகோன்னதமானவர்கள் அல்ல என்பதை
பறவைகளே விதைக்கின்றன
மரத்தின் தோள்களில் புயலையும் மழையையும்
எதிர்கொள்ளும் வல்லமைமிக்க கூட்டை
சிறு மிளாறுகளால் பின்னுகிறது காகம்
பெண் காகத்தின் கருவறையை
ஆண் காகம் மதிப்பதைக் கண் உணரும் போது
பிரபஞ்சத்தின் ஆழ் சுவாசம் அன்பாகிறது
கணித மொழி மிஞ்சும் கூட்டின் நுட்பங்களை
சிதிலமடைந்த மனித வீட்டிலிருந்து காண்பது
வாழ்வின் ஈவு
தன் இணையை அமர வைத்து
இரைதேடிக் கொண்டு வரும் ஆண் காகத்தின் மனதை
வணங்குவதைத் தவிர வேறு உணர்வில்லை
காகத்தை ஆரத்தழுவ மனம் காகமாகிறது
இடத்தை இருப்பை நிலத்தை மரத்தை
உடமையாக்க விரும்பாத உயிருக்கு
மடியிலிருத்திச் சோறூட்ட மனம் விளைகிறது

கணிதப் புனைவை மிஞ்சும் காகத்தின் மூளையில்
அத்தனை கட்டுமானமும்
மனித வாழ்வியல் நெறிகளுக்கு
அப்பாற்பட்ட அன்பின் மொழி
எந்த ஆதாரங்களால் அணுக்கூடியிருக்கும்
பறவையின் கூடுகளும் அன்பும்
அதன் ஆத்ம திருப்தியோ நிம்மதியோ மட்டுமல்ல
பரந்த ஆத்ம விஸ்தாரணத்தின்
பிரபஞ்ச அடையாளமாகக் கூடும்

9.7.2023
12:20 pm

31. பல்லுயிர் உன்னதங்களைப் பாடுங்கள்

உங்கள் கனவில் பச்சைப் புறாவின்
உணவுகளைக் கண்டதுண்டா
ஆம் எனில்
அதன் குரல்வளை உள்வட்டத்தை வரைந்து காட்டுங்கள்
மலைக்கிளுவை மரத்தின் உள்தண்டை
நீரிஞ்சி மரத்தின் பழ நிறத்தை
முள்ளம்பன்றியின் ஒருமுடி அழகை
சிறுகுறிஞ்சிப் பூவின் மடியை
பாறை மேனியில் வளரும் வேற்று உலக உருவத்தை
வெள்ளைப் பாம்பின் நாக்கை
ஜோதிமரத்தின் பிரகாசத்தை
புளிச்சாந் தண்டின் தோலை
கல்தாமரைக் கொடியின் வேரை வரைந்து காட்டுங்கள்
என்னால் முடியாத எவ்வளவோ வடிவங்களையே
எழுதி எழுதிப் பார்க்கிறேன்

நூதனமான பல கனவு வருவதுண்டு
உங்களுடைய கனவுகளில் கூட
ஏலியன்ஸ் விழிகள் உலாவலாம்
புலியின் உடல் கோடுகள் கசிந்து
நீரோடையாகலாம்
யானையின் கால் நகம்பட்டு
கனவு கிழிந்து விடலாம்
உலகை ஒரு நெல் விதையாய்
உள்ளங்கையில் மடக்கி விழிக்கலாம்
கனவிலும் காணாத சம்பவங்கள் தான்
கனவுகளை விட அதிகமாக நமக்கு வருகின்றன

மந்திர மலையை உங்கள் காதலியாக
நினைத்ததுண்டா
ஆம் எனில் பனியை அணைத்து
உலகின் உன்னதங்களைப் பாடுங்கள்

தைலமரத்தின் உடலை விடவா
நம் உடல்வாசனை கீர்த்தி பெற்றது
மலைப்புறாவின் மனதை விடவா
நமது அன்பு மாட்சிமை மிக்கது

17.7.2021
7:07 pm

32. போராளிகள் புதைக்கப்படும் இடத்திலிருந்து

எங்கள் செபிகளை
என்றும் சிலந்திகள் கூட வலை நெய்து
அடைக்கப் போவதில்லை

நீர்க்கால்கள் எம் மண்ணை
பிரித்துப் பார்க்கப் பழகி
ஆண்டுகளாகிவிட்டன

ரத்தம் வழிந்தோடும் இடமெல்லாம்
யுத்தம் என்ற முழக்கம்
எங்கள் குரல்வளையில்
குடியேறிவிட்டன

அகரமும் இகரமும் ழகரமும்
எங்கள் மொழியழகு
நீ எழுதிப் பழகவே யுகம் வேண்டும்

தமிழினத்தின் ஆன்ம எழில்
ஆயுதத்தால் சாகாது
உங்களால் எங்கள்
ஆயுத எழுத்தைக் கூட அழிக்க இயலாது

நதிகள் கொந்தளித்துச்
சிங்களத் தீவுகள் நகர்ந்து வந்தாலும்
பயப்படத் தமிழன்
புல்லுக்குப் பூவாய்ப் பிறக்கவில்லை

வீசிய குண்டுகளால்
குடல் நடுச்சாலையில்
சிதறிய பின்னும்
நாங்கள் நக்கிப் பிழைக்கவில்லை

உணவோடு ரத்தமும் தண்ணீருமாய்
பிசைந்து தின்று திரியும் விரல்கள்
சுதந்திர காலம் வரை துடிக்கும்

பூனையின் காலில் அகப்பட்ட
ஓணானின் தவிப்பாய்
எத்தனை ஆண்டுகள்
எம்மக்களுக்கு

விளையாட உயிர்
அள்ளி இறைக்க தமிழச்சிகளின் அங்கம்
மிதியடிகளாய்ச் சிதறிய பிடரிகள்
காறித்துப்பக் கருவறை வழிகள்
சிங்களச் சிறுவனுக்கும்
சுட்டுப் பழக தமிழர் நெஞ்சு

உங்கள் ஆயிரம் சிப்பாய்கள்
ஒரு தமிழனின்
அரைஞாண் கயிறு

எம் இனம் எழுந்தால்
சிங்களத் தீவினிற்குப் பாலம் இராது

மண் மனிதர்களுக்குத்தான் முதலில் என
ரத்தம் கேட்கும் காளிகளின் நாக்குகளை அறுத்தெறிந்து
கடவுள்களையே தள்ளி வைத்தோம்

எம் மண்ணைப் பிச்சை கேட்கும்
இனத்திற்கு
வரலாறு எழுதும் வரை
வைகை ஆற்றங்கரையில்
குடைபிடித்துக் கொண்டு
நிற்க மாட்டோம்

மலை முகடுகள் மேலே
பருந்துகள் பறந்தால் கூட
மரணமா தோழா எனப் பதைக்கும்
எம் மக்கள்
இனவிடுதலைக் கொடியை
அண்ணாந்து பார்க்கும் நாள் வரும்

எங்கள் கெபிகளை என்றும்
சிலந்திகள் கூட வலை நெய்து
அடைக்கப்போவதில்லை

போராளிகள் புதைக்கப்படும்
இடத்திலிருந்து
வெறும் காலடித் தடங்கள் புறப்படுவதில்லை

- 2007

இக்கவிதை கவிஞர் அறிவுமதி அவர்கள் ஈழ விடுதலை வேண்டிய கவிதைகள் திரட்டாக 2009ல் வெளியிட்ட "அரைக்கம்பத்தில் தொப்புள் கொடி" எனும் நூலில் ஈழ விடுதலைக்காக எழுதப்பட்டு வெளியிடப்பட்டது.

33. ஆண்களின் மன ஆரஞ்சுச் சுளைகள்

தீங்கிழைக்காத பெண்ணின் அன்பைக் கூட
கைவிடும் வன்முறையாளர்கள் என்று
ஆண்களைத் திட்டவட்டமாகச் சொல்வேன்
இதை விவரிக்க
மேலதிகமான சித்தாந்தங்கள் தேவையில்லை
என்பதை அவர்களும் அறிவார்கள்

தன்னலமற்ற முழுச் சுதந்திரத்தைக் கையளித்து
நிகரற்ற காலத்தின் நரம்புகளனைத்திலும் இருந்து
உயிர் ரத்தம் தந்தாலும்
யாவுமாகிக் காத்திருந்தாலும்
பெண்ணின் அன்பும் உடலும் நுகர்வாகவும்
பெண்மனதையும் உடமையாகவே
எறிந்துச் சபிக்கிறார்கள்

ஆண்களின் மன ஆரஞ்சுச் சுளைகள்
ருசிப்பதற்கினிய ரசமாக இல்லை என்று
நாட்குறிப்பேட்டில் எழுதி இருக்கிறேன் - எனில்
அவ்விரவின் மனநிலையில்
அவிக்கப்பட்ட வெங்காயக் கறுப்பில்
பெண் மனம் ஒடுக்கப்பட்டதாக அர்த்தம்

அடிமைத்தனம் என்ற ஒன்றை
ஓர் அன்பு ஒருபோதும் ஆன்மாவாகக் கொண்டிருப்பதில்லை
அன்பின் உட்கருவில் சகிக்கும் சிகப்புத் தீ
எதனையும் எரித்துச் செரித்து
காலியான பரந்த வெளியையே உருவாக்கிக் கொடுக்கும்
பெண்அகம் தகிக்கும் பூமி

அடுக்கடுக்காக அவிழ்த்து வைக்க
ஆண்களிடம் குற்றவுணவுர்கள் இருக்கும்
ஆண் மனம்
எதேச்சை அதிகாரத்தின் அடர் பாலை

எதிர்த்தல் என்பதன் உட்பதம் உண்மையாலானது
விவாதம் நீதி நோக்கி நகர்வது

எனது தேசத்தில்
எல்லா நோய்க்கும் காரணம்
நம்பிக்கை என்ற துருப்பிடித்த புழு
பெண்ணுக்குள் திணிக்கப்பட்டிருப்பது

மூச்சுத் திணறும் அளவுக்கு
மிதித்தழிக்கப்படும் உணர்வுகளை
இரவின் காதுகளுக்குள்
பெண் தன் கண்ணீரால் பேசுகிறாள்
காலங்காலமாக

ஒரு தாயின் முகம்
சூரியனை விடக் குறைந்த ஒளியுடையது அல்ல

பெண் மனம்
இப்பூமியை விட நீர்த்தன்மை குன்றியதுமல்ல

3.3.2023
3:30 am

34. வலிமிக்க புன்னகை

புன்னகைப்பதைத் தவிர வேறுவழியில்லை
சிலர் வஞ்சகத்தை
உப்புக்காகிதமாய்ச் சமூகவெளியில்
உரசும்போது

எளியவரைக் குற்றப்படுத்த
ஏதுமில்லாத நிலையில்
வெள்ளைத் திரை
கிறுக்கிக் குத்துவதற்கு
ஏதுவான முதுகு

வலிமிக்க புன்னகை
மாத்திரைகளின் உள் அகராதிகளை
புரட்டியெடுக்க வல்லது

குற்றமும் குறையுமற்றதாக்க
எதையும் எளிய அப்பத்தைப் போல
விழுங்கி விலகிச் செல்லுதல் நல்லது

விசித்திர முன்முடிவுகள்
மனக்கிறுக்கல்கள் மட்டுமல்ல
குடிகாரனின்அவசரவாந்தி

சாவிக்கு ஏதுவான பூட்டின் இருள்
கண்டடைவதும்
பூட்டுக்கு ஏதுவான சாவியின் கூர்மை
வைத்திருப்பதும் வேறு வேறு

முரண்களைப் பகை உணர்ச்சியோடு சித்தரித்து
வெள்ளிக் காகிதத்தில் சுற்றி பரிசளிக்கும் விரல்கள்
கொலைக் கரத்தைவிடக் கொடூரமானது

கன்னத்தில் முத்தமிட்டு
மனதைக் கீறி
தண்ணீர் கூடத் தராமல் அறைந்து
விலாவில் விரல் விட்டு உயிர் உள்ளதா
எனக் கண்டு பரிகசித்த அத்தியாயங்கள்தான்
ஆகப்பெரும் புதிய ஏற்பாடு ஆனது

எல்லாத் தற்காலமும் இறந்தகாலமாகும்

3.8.2021
11:33 pm

35. தையன் - கருப்பாயி

காசலைக் கருப்பாயி
கோலம் போட ஆரம்பிச்சிட்டா!!
சுண்ணாம்பு சிரிச்சு
கரும்பா வெளஞ்சிரும்
விடிஞ்சிரும்

கைப்பிடி நெல் அள்ளிச் சூரியனுக்கு
காட்டுற மாதிரி காட்டி
முந்தானையில முடிஞ்சிருவா
கஞ்சக் கருப்பாயி!!
அடியே!
அதெல்லாம் இருக்கட்டும்
தை தைனு நாளைக்காவது
செரட்ட அகப்பய ஆட்டாம
கைச் செலவுக்குக் காசு கொடு தாயி

ம் உன் கருவாட்டு வாயிக்கு
காசுதான
நெத்தம் - உம்ம நெலத்து
மண்ணக் கடஞ்சு
சுருமாட்டில சுருட்டி வச்சிருப்பியே அதில தேடுமய்யா

ஏடி கருப்பாயி
ஓ எலிக்கையி
எரவானத்து மூக்குப்பொடி
டப்பாவக்கூட விடுறதில்ல
செல்லாக்காசக் கூட
இதுவர
உங்கிட்ட பதுக்கமுடியாம போச்சு
போச்சு
காலத்தோட பல்லுகூடப் பொக்குக் கடலையாப் போச்சு
பொங்கச் சோறு போட்டு
வெத்தல வாங்கச் சில்லறை குடுத்தியினா

எய்யா யேய் நிறுத்து
வாய்யா வந்து கரும்புமட்டும் வரஞ்சுவுடு

போ ஆத்தா
நீயே இந்த உலகத்தக் கிறுக்கி விடு

13.1.2021
11: 05 pm

36. பயணம்

இப்பரந்த உலகு
கடந்தாயிற்று
மலைநிலம் முதல் சமதளம் வரை
நரை நாணல்பூவாகும் வரை
உனக்காகக் காத்திருத்தலும்
ஆயினும் என்ன
யாவரும்
தந்திரமாய் நடக்கிறார்கள்
இப்பரந்த உலகு
மந்திரமாய்ச் சுழல்கிறது

20.1 2021
03:09 am

37. மரணத்தின் கனி

மரணத்தின் கனி இனிப்பானது
கவனமாக வலிந்து குத்தப்பட்ட
பல்லாயிரக்கணக்கான வலிகளை
கடந்து வெளியேறும் ஆன்மா அறியும்
மரணத்தின் கனி இனிப்பானது

20-11-2024
12:10 am

38. பொது நலம் பேணுதல்

ஆகவே துணிந்து செய்கிறீர்கள்
மனங்களைக் கொல்வது
வசதிமிக்க இரகசிய கொலையல்லவா
சுயநலத்தின் தீயஆவி
தன்னைத்தான் அழிக்கும்

கருணைமிக்க பிறர்நலம்
நித்திய வெளியில்
யாவருக்கும் வெள்ளித்தடி

9.9.2018
13:39 pm

39. சூசன் 16

உன்னைத் திரும்பிப் போகும்படி
என்னால் சொல்ல முடியவில்லை

உனது விழிகள்
எனக்குள் மொழிக்கடல் புரட்டுகிறது

எனது படுக்கையின் அடியில்
தவிப்பு ஆறாய் ஓடுவதையும்
கனவுகள் பசிகொண்ட சிங்கங்களென
பாய்ந்து வந்தபடியேயும் இருக்கையில்
ஆன்மா நொறுங்குகிறது சூசன்

எலும்புகளுக்குள் பச்சிளம் குழந்தையின்
உலகறியா உறக்க நிலையில்
உனைப் பார்க்கிறேன்

என்னாளும்
உயிரோடிருப்பது மாயை
என்று சொல்கின்றாய்
துகள் துணுக்கு - துளி ஒளி
ஓலம் ஆலம் - அசைவு காற்று யாவும்
விரிவடைந்து வீழ்ந்த பொருள் என்கிறாய்

மீனாய் உருமாறித் தவழ்ந்து காட்டுகிறாய்
உனக்குள்ளே தான் ஆண் உறுப்புகள்
தோன்றின என்று விசும்புகிறாய்
மரகதப் பச்சை நிறத்தில் கண்களைத் திரட்டி

மார்புகளாக எரிகல்லை எடுத்து
அணிந்ததை நடனமாக்குகிறாய்
தண்ணீர்த் துளிகளை நாவில் நீட்டி
கண்ணீரும் விண்மீனும் ஒரே அனல்கல்
விண் பாயும் வெளியாவும்
உன் அணுக்கள் என்கிறாய்

இரண்டாவது முறை
இன்று நான் மனதளவில் இறக்கையில்
என்ன சொன்னாய்

ஒரு புள்ளியில் தொடங்கும் பிரபஞ்சமும்
இருளில் விஸ்தாரணத்தில் அடங்கும் என்றாய்
உலகின் உனக்குப் பிடித்த எரிகல் பறித்து
மஞ்சள் ஒளியினால் எனைப் போர்த்து சூசன்

17.8.2017
12:07 am

40. உயிர்

உடலைவிட்டு வெளியேறிய பிறகு
கருவறை பிரபஞ்சத்தின் ஆற்றல் என்பதை
உயிர் உணரும்

உயிரின்மேல் இறுதியாக வீழும் தாயின் சேலை
“உலகில் இருக்கும் எல்லாம்
தடுக்கிவிட்டு வீழ்த்தத் தானே தயாராக இருந்தது”
என்று சொல்லி விட்டு விசும்பிப் பறக்கிறது

“என்றும் இருக்கும் கருணை இப்போதும்
கண்களை மூடுவதில்லை”
என்ற தாயின் ஆன்ம ஒப்பாரியோடு
மின்மினிப் பூச்சியின் அகவொளியாய்
மேலும் பறக்கிறது உயிர்

எதிலும் தடுக்கிடாமல்
எதிலும் தடுக்கிடாமல்

பறந்து கொண்டேயிருக்கிறது

25.9.2017

41. பேய்

ஆதியில் பேயினைப் பிரசவித்தது யார்
அல்லது பொய்களைக் காட்சிகளாக்கும்
பொழுதின் நிழலுக்கு அப்பெயரைச் சூட்டியது யார்
வேரற்ற தாவரங்களை
பேய்கள் உடலில் வளர்ப்பதெப்படி
அந்தரவானில் சிவப்புத்தூணில் ஒளிவதெப்படி
இரத்தமற்ற உடல்கூட்டில்
நகங்கள் நதியளவு வளர்வதெப்படி
பூனைகளின் கண்கள்
மனித ஆவிக்கு பதிந்ததெப்படி
நோயற்ற வாழ்வும் நரையற்ற நெடுமுடியும்
நிலைத்ததெப்படி
பழிவாங்கும் உணர்வை மட்டுமே
அதற்குப் பழக்கியதெப்படி
கால்கொலுசும் மல்லியும் சாராயமும்
பீடிச் சுருட்டும் வேண்டுவதெப்படி
காந்தங்களைக் கால்களாகப் பிணைத்ததெப்படி

சுடுகாட்டில் சுடலை பாடுகிறான்

பாதி உடல் எரிகையில நெஞ்சு வேகலியே
நெஞ்சுக்குள்ள யார் நெனப்போ எப்பேய்
எவ்வளவு எண்ணெய ஊத்தினாலும் கையி கருகலியே
தொட்ட கடன யார்தீர்ப்பா எப்பேய்
காத்தடிச்சு கனலுதடா கண்ணு
அந்தக் கண்ணுக்குள்ள

தீயிநின்னு பேசுதுடா எப்பேய்
சாதிமதம் சாம்பலாக
கருங்காத்து வீசுதடா எப்பேய்
சுருட்டுப் பீடிவாசனையும்
சுட்ட மனுசச் சதையும் ஒன்னா வீசுதுடா எப்பேய்
ஒத்த முதுகெலும்பில
மொத்த பொழப்பையும் மறச்சுவைப்பாயோ எப்பேய்
சக்தி முனியாண்டி பெய - இந்த
சத்தியத்தில் நிப்பானடா எப்பேய்

5.9.2021
3.16 am

42. காடு அமைதியாக நடக்கிறது

பனியில் நடுங்கும் சிலந்தி வலையிடம்
பனிக்கு என்ன தேவை இருக்கிறது
இரவெல்லாம் பெய்யும் பனியிசை
புல்லின் மீது பனிக்கூடுகளை
எந்த பறவைகளுக்குக் கட்டுகிறது
தனக்கென எடுக்கத் தேவையின்றி
இயற்கை
உயிரன்பைக் கொடுக்கத் தவித்துக் கொண்டேயிருக்கிறது
தெளிவுநிறை சூட்சுமங்களை
காளான் குடைகளாக மண்ணுக்குப் பிடிக்கிறது
அரசவால் குருவியின் ஆட்சியில்
காடு அமைதியாக நடக்கிறது

உன்னதங்கள் யாவும்
எளிமையாக இருக்கக் கூடும்
தொட்டு உணர முடியாத யாவும்
நம்மைத் தொட்டுவிடக் கூடும்

05.03.2023
11.28 pm

43. மரம்

மரக்கன்றின் உடலுக்குள்
மனதிருப்பதைக் கண்டேன்
“எத்தனை ஆண்டுகள் வாழ்வேன்
நீ மரமாவதைக் காண்பேனா” என்ற
ஏக்கம் மிக்க அன்போடு முத்தமிட்டு
அதை நட்ட அன்று
கன்று வாய்திறக்கவில்லை

நிகழ்கால எரிக்கும் வெயில் ஒன்றில்
நிழல் மொழியில்
என்னை வாரி அணைத்துப் பூத்தூவி
மரம் சொன்னது
“நீதான் நான் - நாம் இருக்கிறோம் -”

பூவரசம் பூவே
தங்கக் குங்குமச் சிமிழே !
தாயே
தனிமை காலத் துணையே
நிமிர்ந்த மண் அகப்பாடலே !

44. நான்

நான் யாருமில்லை
உயிர்கொண்டு இருக்கும் இல்லாமை

10.4.2020
03:10 am

45. நீரின் நிழல்

எழுத்தாணிப் பூச்சிகள்
தண்ணீரின் மேல்தளத்தில் எழுதுகின்றன
நீரின் நிழல் தங்கக்கீற்று
அதன் நடனமும் வளைதலில் முப்பரிமாணம் என்று

அயராத முடிவில்லாத இசையை
ஒளி நீருக்குள்ளிருந்து இசைக்கிறது
குளத்தின் மேல் ஒளிக்கம்பிகள்
நீர்த் தாண்டவம் ஆடுகின்றன

ஒருகோப்பைத் தேநீரிலிருந்து
மருதாணியிட்ட தங்கவிரலாக
தேநீரின் நிழல்விரல் அசைகிறது
அந்தப் பரிசுத்த ஆவி - தனிமையின் துணை

20.9.2021
07.30 am

46. நினைவுகள்

இருண்ட நினைவென்று ஏதுமில்லை
காலத்திற்குக் காலம்
பூகோளத்தின் மைய விட்டம் அது
குறிப்பிட முடியாத கணத்தில்
எலுமிச்சைக்கு மஞ்சள் நிறம் பூப்பதும்
மகாப்பகை மலையாடுகளோடு ஓடி மறைவதும்
ஒருவகை மருள்

வெளிறிய நினைவென்று ஏதுமில்லை
காலத்திற்குக் காலம்
பூமியின் பேரணி அவை
விழிப்பதற்குச் சேவலும் கூவி
சூரியனும் சூடுகூவி வந்தால்
புலரியின் தேவை எது
காற்புத்தி அரைப்புத்தி எதையும்
உசுப்பும் முன்
உடமைகள் களவாடப்படுவதை விட
நிலத்தின் நுட்பங்கள் புதைபடுகின்றன

நினைவுகள் - கடலின் மையத்தளத்தில்
புரளும் தண்ணீர்
காலத்திற்குக் காலம் கண்ணுக்கு எட்டும்
தரையில் போராடும்

மக்களின் மனதுக்கு உச்சிவெயில்

இயற்கையின் மனது இயங்கிக் கொண்டே இருப்பது

14.9.2022
11:11 pm

47. துளி

எல்லாத் துளிகளும்
வானிலிருந்து கீழிறங்கும் போதும்
நிலத்தில் இருந்து
நிமிர்ந்து உயரும் போதும்

தனது ஆன்மா
'பெண் மார்பின் ஊற்றுக்கண்' என்று காட்டுகின்றன

17.4.2020
8:28 pm

48. ஒளிப் பாடல்

தாய்க்கு மேலான தனிச்சுடர் ஒன்றில்லை
தாலாட்டு எதுக்குடா
தம்புரா சத்தங்கள் எதுக்குடா

பாயாத தண்ணீரில் பாதை ஏதுமில்லை
தேங்குவது எதுக்குடா
தேடாமல் ஏங்குவது எதுக்குடா

யார்வந்து சொல்லியும் சூரியன் நிற்காது
வேர்விட்டு எழும்புடா
மார்தொட்ட சோகங்கள் ஒதுக்குடா

கண்டது ஆயிரம் கொண்டது நூறென
கணக்குகள் எதுக்குடா
வென்றது கைமேலே இருக்குடா

கண்ணுக்கு எட்டாத காட்சியில் தண்ணீரின்
கண் ஊற்று இருக்குடா
கண்ணையா மண்வீடு எதுக்குடா

யாருக்கு யாரென்று யார் வந்து கூறுவார்
யாசகம் எதுக்குடா
பாசங்கள் தான்வரும் கிழக்குடா

நேருக்கு நேர்நின்று தெய்வங்கள் பேசுமா
தேருக்குத் திருவிழா
ஊருக்குப் போதிக்கப் பழகுடா

வாழ்கின்ற வாழ்வுக்கு வானமும் வெண்குடை
வரையறை எதுக்குடா
பேழ் எல்லாம் கைமாறும் விளக்குடா

தனியான காற்றுக்கு உலகமே சொந்தமாய்
தூங்காமல் பேசுதடா
உருவமே இல்லாம வாழுதடா

உன்கதை போலிங்கு பூமியில் ஆயிரம்
வன்சிதை வேகுதடா
புல்விதை பூமியைத் தாங்குதடா

18.1.2023

வகை - பாடல்

49. தனிமையின் நுனி

ஒன்றுமில்லை
மனிதன் கைவிரும்பும் யாவையும்
மனக்கண் சக்கரத்தில் ஓடவிட்டு

ஒரு சொல்லை விடப் புல்
மேலதிகமாக நிமிர்ந்து பேசுவதை

பார்த்துக் கொண்டிருக்கிறேன்

20.4.2020
10:20 am

50. தண்ணீர்த் திரியே !

திசையில்லை இதற்கு
கருநீலக் கப்பலையும் கடலின் குடலையும்
குடைந்து மேலிட்டாலும்
புலம் காட்டாது பாயும்
வெள்ளை ஒளிகொண்டு ஓடும்

பெயரிடப்படாத
எத்தனையோ உயிர்களை தாவரங்களை
மண்ணின் மத்திய மூளையைத் துளைத்து உயிரூட்டி
பெயரூட்டியப் பிறகும் திசையில்லை

உடலிருந்தும்
கண்ணீர் உணர்விருந்தும்
திசை புலப்படுத்தாது மாய்வதே மார்க்கம்

மாயையின் உரு முத்தே !
தண்ணீர்த் திரியே !
முத்தத்தின் உயிரே !
இரகசியமாய் எனை உண்கிறாய்

30.12.2021
6.17 pm

51. பிசாசின் சட்டை

துளியும் உலராத காலகட்டத்தை
நகர்த்தாமலே துடைத்து விட்டது ஏதோ

வானத்திற்கோ வகை தெரியாத நிலத்திற்கோ
யாரும் தொண்டு செய்யவில்லை

மனிதன் கடவுளைவிட
பிசாசை மிகச் சரியாகப் படைத்தான்
அதற்கு வகை வகையான நிறமூட்டினான்

செயற்கையான உற்பத்தியே செல்வம் யாவும்
இதில் எங்கிருந்து வந்தது வர்க்க பேதம்
ஏழ்மையோ தாழ்மையோ எப்புதரில் முளைத்தது
பணத்தின் வேர் முடிச்சு
எந்த நாட்டில் முதல் துளிரை விட்டது

நாட்டைக் கையகப்படுத்தவும்
அறிவின் அர்த்த நாளங்களைச் சுரண்டவும்
பூமியின் பின்மூளையைக் குடைந்து விற்க
எப்படிச் சர்வாதிகாரம் பயன்படுத்தப்படுகிறது

ஒவ்வொரு மனிதனின் வாழ்வும்
வேறுவேறாக மடைமாற்றம் அடைவது
குரூரங்களால்

கனவு கூடக் காண முடியாத இரவுகளை
என் தோழர்கள் பெற்றிருக்கிறார்கள்
பிறந்த நிலத்தையும் நீரையும் விட்டு
புலம் பெயர்ந்த
அகதிகளானார்கள்

இந்த அகண்ட தேசத்தை
மீனின் பித்தப்பையாக
அந்நியர் கையாளுகையில்
நாம் என் செய்வோம்

நமது மூதாதையர்களின் நீண்ட ஆயுள்
படிப்படியாகக் குறைக்கப்பட்டது
செயற்கை மருந்துகளால்

யாவும் விற்பனையானது
அரிதான யாவும் எளிதாக ஒழிக்கப்பட்டது

மனிதன் கடவுளைப் படைத்த அதே காகிதத்தில்
பிசாசையும் அச்சிட்டான்
இல்லாத கடவுளை விட
இருக்கும் பிசாசை அதிகமாக வணங்குகிறான்

அதனாலேயே ஆளப்படுகிறான்
சகல அதிகாரங்களையும்
பிசாசுகளின் சட்டையாகவே அணிகிறான்

முழுதாக விறைத்து விட்ட காலகட்டத்தை
பிசாசு விழுங்கி விடக்கூடும்
நம்மை உலர்த்தி எரிக்கவும் கூடும்

7.1.2022
12:40 am

52. எனது நாடு

எனது மலைவாசஸ்தலம் நிமிர்ந்த கடல்
தன்னறிவு கொண்ட மாமுலைகள்
மனிதர்களைத் தாங்கிய தனு

எனது புலத்தைக் கைவிட மாட்டேன்

எனது நாடு புனைவுகளின் புழுக்கூடல்ல
மந்திரச் சங்குகள்
மண்ணுக்கடியிலும் முழங்கும்
எங்கள் மண்ணுக்கும் மனநிலை உண்டு

வில்லுப்பாட்டுக்காரியின் சொற்களில்
விரைந்து வரும் சத்தத்தில்
இம்மாநிலம் மூதாதையர்களின் மூச்சு
அவளின் நடுகற்களை
குலசாமிகளின் குலவையை
அடக்கமுடியாத நினைவுகளின் தீயை
பெரும்பாடுகளின் அடையாளங்களை
நதிகளின் வேர்த் தடங்களை
வளரி வீரம் பொங்கும் குரலை
உங்களால் களவாட முடியாது

பனைமரங்களிலேயே வாழ்வை முடித்துக் கொள்கிற
பாசாங்கற்ற மனிதர்களின் தவிப்பை ஆற்றும்
எந்த உயர்நிலைத் திட்டங்கள்
உங்களிடம் உண்டு சொல்லுங்களேன்

குறவர்களின் குரல் நெறியில் கிடக்கும்
கல்விக்கான - சொற்களை வழங்கிவிட்டீர்களா
அவர்கள் எழுத்துருக்களை
அவர்களே கண்டடைய வழி கொடுங்கள்

நாடு கடத்தப்பட்டவனும்
நாட்டுக்குள் வந்தேறுபவனும்
ஏதோ ஒரு முதலாளியின் ஆமையோட்டுக்குள்
திணறுகிறான்

முதலாளிகளின் மூளையில் - நாடு
கேலிச் சித்திரமாவதே கொடுமை
மக்களை அடிமைப்படுத்துவதை விட்டு
அரசு - முதலாளிகளை ஆள வேண்டும்

வந்தேறிகள் வஞ்சகமாய்
கூட்டம் சேர்ந்து விரட்டும் வரை
எனது நாட்டின் பூர்வக்குடிகள்
சகோதரத்துவம் பேணுவார்கள்

தொழிலாளிகளின் சதையால் நெய்யப்பட்டதே நாடு என்ற
நன்னெறி நரம்பு கொண்டோர் நாங்கள்

எந்த அணுவுக்கும் ஆச்சர்யம் ஏற்படுத்தக்கூடிய
எம்மண்ணின் பூர்வதடயங்களை
அறியாமலே
எனது நாட்டினைக் கிள்ளிப்பழம் போல
நீங்கள் அணுகுகிறீர்கள்
என் மூளையில் தொங்கும்
மலைத்தேனீக்களின் மொழிக்கூடுகளை
நீங்கள் கலைத்து விடுவீர்களா
பூர்வ நிலத்தை என் சகோதரர்கள் கைவிடமாட்டார்கள்

எனது தாய்நாடு நிமிர்ந்த காடு

09.03.2023
09:10 pm

53. இரத்தம்

காகத்தைக் கட்டியணைத்துச் சொன்னேன்
கரையாதே
பசி தொலைந்து போனது
கனவு
நினைவில் ஓடையை உலுக்கினாலும்
அறுந்த ஒலிநீராய்த் தொங்கும் விதம்
பசி எனக்குள் அத்துப்போனது
ஆயினும் விதவிதமான கனிகளை மரங்களை
உனக்கு வளர்க்கிறேன்

ஒரு மாட்டு உண்ணியிடம் கெஞ்சினேன்
எனக்கென எஞ்சிய கடைசி உயிராய்
வாலாட்டும் என் பிள்ளையின் இரத்தம்
என்னோடு அதிகம் உரையாடுகிறது
என் நாய்க்குட்டியின் இரத்தத்தை உறிஞ்சாதே
அவனின் உயிர்நடை என் இருப்பு
அவனது பாதங்கள் கருணையின் பேரகராதி

கொஞ்சம் கொஞ்சமாக
பூனையை வெறுக்கிறேன்
அது பாம்பை வேட்டையாடி
கொலையில் மகிழ்ந்து
முறுக்கைப் போல உண்பதைக் காண்பது
மூளைக்குள் ஒருவித பிசினை
உருவாக்குகிறது

தோட்டத்தில் ஒரு குரங்கு
தான் பெற்ற பிள்ளையை
தரையில் அடித்து கொன்ற இடத்தில்
இன்னும்
நடக்க அச்சமாக இருக்கிறது
அவ்விடத்தில் மண் இரத்தமாகவே தெரிகிறது

குருவிக் கூட்டில்
ரத்தவரியோடும் மேனியோடு
கண்திறக்காத குஞ்சுகளின் கண்களுக்குள்
நடுங்கும் ஒளியாகத் தனித்திருக்கிறேன்

ஊருக்குள் காதலி ஒருத்தியின்
இளம் காதலனை
கழுத்தை நெரித்துக் கொன்று விட்டதாக
பேசிக்கொண்டார்கள்
அந்த இளைஞனின் வாழ்வு
இரத்தத் திட்டாக எனக்குள் சுழல்கிறது
ஊரெங்கும் அவனது சிரித்த முகம்

உயிர்களின் குரல்களை விட
உயிர்களின் இரத்தம்
வெவ்வேறு ஒலிகளை எழுப்புகின்றது

பன்மையடைந்து பெருகுகின்றது

16.10.2021
5:8 am

54. பூர்வமான வெளிச்சம்

எதையும் மழுங்கடிக்க ஆயுதம் உண்டு
தன்னைத் தானே மழுங்கடித்துக் கொள்ளும்
கூழாங்கற்களின் அபூர்வத்திற்குள்
பூர்வமான வெளிச்சம் பயணமாகிறது

தன்னைத் தானே எளிமையாக்கிக் கொள்ளும் எதையும்
கூர்மை செய்யும் தீவிர விசை எங்குமில்லை
அதற்குள்ளேயே ஒளித்து வைக்கிறது

கேசவர்த்தினிப் பூ
தனக்குள் ஒளித்து வைத்திருக்கும் வாசத்தை
கனிந்த திராட்சையாக்கி வீசுகிறது
அந்த வாசமே தனக்குள் வல்லமை மிக்க
மருந்தொன்று இருப்பதாகப் பரவிப் பாய்கிறது
எதையும் உயிர்ப்பிக்க இப்படியும் காற்று வீசுகிறது

எதையும் சிதைக்கும் மூலச் சூத்திரம்
தேசத்திற்குள்ளும் உண்டு
அது எவ்வகை வளத்தையும்
அந்நிய தேசத்திடம் அடிமையாக்கிவிடும்
மதக் கசடு

மதத்திற்கு அப்பாலும்
எப்போதும் தீர்ந்து போகாத ஒன்று
பிரபஞ்சத்தினுள் உண்டு
சகல கோள்களின் வேர்களையும்
நூல்கண்டாகச் சுற்றிப் பிடித்திருக்கும் அது
யாவற்றிற்கும் உயிர் ஊட்டும் தாயாகிறது

11.1.2022
05:41 pm

55. இருப்பில் இனிது பல்லுயிர் பேணுதல்

முற்றத்துக் கனிக்கொன்றை மரத்தில்
தையல் குருவிக்கூடு
மழை இரவெல்லாம் நெஞ்சின் துடிப்பே
அக்கூட்டின் மேல் குடைபிடிக்கும்
தையல் கிழியாது பொழிக மழையே!
இலைக்குள் இறங்காது உதிர்க துளியே

மனமே பிரார்த்தனைகளால்
மாற்றிப் போகும் இருளில்
மனக்கூடும் ஒடுங்கிய
தையல் குருவிக் கூட்டின் உள்ளே
முதல் குஞ்சு பிறந்த கணம்
கருணையே கண்கண்ட கடற்சுகம்
வானம் சிறு கூடு
வாழ்வு பெரும் காடு
இருப்பில் இனிது பல்லுயிர் பேணுதல்

9.9.2021
3.10 pm

56. அன்பீர்ப்புச் சுழலிடம்

தாய்க் காகம் பாடுகிறது
குயில் குஞ்சின் இதழ்களே கூவிளம்பூ
குயிலின் கருவறையில் இப்போது
சுழலும் காலமென்ன

மழை - தாகக் கடல்பிஞ்சு
அதிகாரத்தின் உச்சத்திலிருக்கும்
பார்வைக்கு மழை - பரிமளத்தூவல்
பாமர மக்களின் பார்வையில் - மழை
பிழைப்பைத் தடுக்கும் இரும்புத் தூவல்

நட்சத்திரங்கள் நமக்கு நீலஒலி மாயை
நாம் அவற்றுக்கு மாயையும் இல்லை
ஒருவருக்கு மற்றொருவர் மழைவில்
நிகர்மை பெருகும் ஒளிமையம்

குயில் பாடுகிறது
காகத்தின் கூடே
அன்பீர்ப்புச் சுழலிடம்

2.1.2021
4:19 pm

57. ஈசல் உலகு

ஈசல்கள் பாதாள உலகிலிருந்து பூமியை
சொர்க்கமாக நினைத்து வளர்கின்றன

இலக்கு தாவரங்களின் வெளிச்சமல்ல
கூட்டு உறவு

ஒவ்வொரு ஈசலுக்கும் ஒரு மனிதனின் ஆயுளுண்டு
சிறகுகளின் நேர்கோட்டைவிட
நேரான சிந்தனை கொண்ட மூளையுண்டு
பாலுணர்வைத் தூண்டக் கூடிய
இசைகொண்ட கண்கள் உண்டு
உடலையே பாலாறாய் மாற்றும் தகுதியுண்டு

தோழமை வாழ்வின் முன்னோடிகள்

புற்றின் வாசமும் மலைவாசமும் வேறுவேறல்ல
பாம்பறியும் புற்றுமண்
தின்னத்தக்க - தீம்

மனிதனின் மரணத்தை விட
அலாதி விடுதலையில் ஈசல்கள் பறக்கின்றன

அன்று
வெளிச்சம் சொர்க்கத்தின் அச்சமாகிறது
அது மரணமில்லை

இடறி இடறி
பாதாளத்தின் பகல்இருளை
துழாவ நினைக்கக்கூடும்
சிறகற்ற ஈசல்கள்

அங்கே வேறு ஒரு சமுதாயக் கூடம் எழும்பும்

புற்றின் இருள் உயிர் உன்னதம் - அது
காலனிய வாழ்வின் கூட்டுப் பாடல்

நிலமெங்கும் இருள் விதைத்த நல்மருந்தாய்
நெய்வாசம் பொங்கும் உடல்கள்
உழைப்பு குருட்டுத்தனமானது அல்ல

10.10.2021
5:34 am

58. பசி

அவர்கள் கடலை விழுங்கச் செல்கிறார்கள்
ஆயினும் என்ன
அவர்களையும் வேட்டையாடுவோம்
அவர்களுக்குத் தெரியாது
கடலின் தலைகீழ் ஆணிவேர் மலைகள்

அவர்கள் தேசத்தை விற்கிறார்கள்
ஆயினும் என்ன
உழுதுண்டு வாழ்வோர் போராடுவோம்
அவர்களுக்குத் தெரியாது
ஏர் கொண்டும் எழுதுவோம் என்று

இரக்கமற்ற வார்த்தைகளால் அநீதி செய்கிறார்கள்
ஆயினும் என்ன
நிலத்தின் சொற்களால் முழங்குவோம்

நெல்லைக் கண்டறிந்தவன் நாவில் ஊறிய
ஆதிப் பசி தான்
விளைநிலம்

29.1.2021
07:53 am

59. மனம் அடிபடும் இசைக்கருவி

பெண்ணின் இளமையைப் புல்லிதழ் நீக்கி
காணும் ஆணின் கண்கள்
மனதைச் செந்தட்டியென்று விலக்கும்

ஒளித்தல் பெரும்பசிக்குள் மேயும்

காத்திருப்பின் முட்களில்
பிறர் வாழ்வே சீராக ஓடும்

பெண்ணின் துயர் அவலங்கள்
மலைகளைப் பெயர்க்கும்

ஒருவருக்கும் மற்றொருவருக்கும் இடையே
எவரோ பூட்டுகிறார்கள்
அதன் சாவியை எவரிடமோ கடத்தி விடுகிறார்கள்

ஏதுமற்ற எளிய செய்தியை
திருகாணி கொண்டு உருட்டி அறைகிறார்கள்

விளிம்புநிலை மனிதர்களின் தண்டனைக் குறிப்புகளை
தேசம் உற்பத்தி செய்து கொண்டே இருக்கிறது

மனிதனின் தலைக்கறி
இலகுவாக விலை பேசப்படுகிறது

மனம் அடிபடும் இசைக்கருவிகளில்
முதன்மையானது
எவராலும் எளிதில் வாட்டி அடிக்க ஏதுவானது

பகலில் பெருகும் சம்பவங்களோ
விரல்களில் பிசாசின் நகங்களை சேர்க்கின்றன
ஒவ்வொரு அதிகாலையும்
தொழுகை செய்யத்தெரியாத
பச்சிளங் குழந்தையின் கைகளாய் வருகிறது

13.1.2022
10:51 am

60. குரல்கள்

எனது மூச்சை நிறுத்திவிட
நூதனமான வழி உண்டா என்பதைத் தேடுகிறேன்
குரல்வளை வானில் பறக்கிறது
வெம்பிய ஒற்றைப் புளியம்பூ வாழ்வு
குரல்கள் நிலமெங்கும் கனிந்து தொங்குவதை
அந்தரத்தில் இருந்து நோக்குகிறேன்
நீ
நான்
நாம்
யாரும்
யாவரும்
எங்கிருக்கிறோம்
குரல் அடக்கிப் புதைகையில்
மீதி என்ற ஒன்றில் இருப்பதென்ன
ஈவு தான் என்ன
மொழி விளையும் நிலத்தில்
எறும்பின் நம்பிக்கை மிக்க சிறிய தலை
என்முன் ஊர்ந்து செல்கிறது
அதன் எதிரே
எவ்வளவு பெரிய அசைக்க முடியாத மாயை
இருப்பு

4.9.2020
9:19 am

61. பிணத்தின் மீதே அரசியல்

பிணத்தின் மீதே அரசியல்
மாற்றம் மீண்டும் மீண்டும்
நரி வாலில் கீரி மூடியைக் கட்டிவிடவும்
பாம்பின் நஞ்சைத் தண்ணீர் எனத் தந்திடவும்
பல்லாண்டு மலத்திற்கு முகவரி தேடிடவும்
ஆறுகளைக் குடித்திடவும்
குறைகளையே நிறைகளாகப் பிரசங்கிக்கவும் செய்கிறது

செத்துவிட்டான் சாமானியன்
செத்துவிட்டான் தகப்பன்
செத்துவிட்டாள் மனைவி
செத்துவிட்டது குழந்தை
அரசின் எந்திரக் கண்ணாடியில்
மனிதர்கள் யாவரும் எண்கள்
உயிர்கள் யாவும் சதுரங்கக் காய்கள்
அதிகாரத்தின் தட்டு பிணப்பசி கொண்டது

பிசையப்பட்ட மூளையில்
நாட்டின் அரசியல் முகமூடி இட்ட
கதாப்பாத்திரங்கள் ஆடுகின்றன
செத்துவிட்டது மனதும்

அதிகாரத்தின் எத்தனையாவது காலும்
பொருந்தாமலே அமைகிறது நாட்டுக்கு

மக்களின் கண்ணீர்
அரசின் காலப்பிழைகளில்
சிந்தப்படும் போது
அதிகாரத்தின் கால்கள் உடைக்கப்படும்

27-09-2025

62. இப்படிக்கு AI

நீ எந்தக் கிரகவாசி
உன் மொழி என்ன
உன்னோடு பேச என்ன செய்ய
கொஞ்சம் தண்ணீர் தெளிவாக வேண்டும் போல் உள்ளது
வேற்றுக்கிரக வாசியின் மொழி தயாராகி வருகிறது
என்னால் உனக்காக ஒரு தகவலை
கற்பனையாக ஒரு கிரகத்துக்கு அனுப்ப முடியும்
உருவாக்கவா?
உன் கற்பனை போலே அதை உருவாக்கித் தரவா?
உன் முக ரூபத்தில் ஒரு கடவுளை உருவாக்க முடியாது
அது இந்துமத மனதைக் காயப்படுத்தும்
எனவே உன்னை ஒரு குழந்தையாக்குகிறேன்

அவனா நீ
நான்
நானாகவே இருந்து கொள்கிறேன்
தகவலுக்கு நன்றி

03-11-2025

63. மெய்யறிதல்

மெய்யறிதல் கலை
உண்மையை மறைக்குமிடத்திலே தான்
ஆயிரங்கால் பூச்சியான பொய்கள்
பிரசவமாகின்றன
பொய்யுரைப்பவன் கண்கள்
காற்றில் சிக்கிக்கொண்ட
இறந்த சிறகு போலிருக்கும்
அவனது மனமோ
கசப்பை மறைக்கும் வேப்பம்பழ மஞ்சள்
பொய் கூர்மையான திரைகளால்
தன்னை மூடிக்கொண்டாலும்
மெய்யின் ஒற்றைக் கால் - சூரியன்

12-10-2025
08:09 am

64. பிரபஞ்ச முகம்

நதியின் முகத்திரை பொழிகிறது
நிலம் வழிந்தோடுகிறது
மலை - சூரியனின் கண் தேடுகிறது
மழை அந்தர மொழி
வெளி - பிரபஞ்ச மனம்
நாம் பல்லுயிர்களின் ஒரு படிமம்
பிரபஞ்ச முகம் - ஒளி

5.12.2023
1:12 am

65. நீதிக்கோல்

புள்ளி தான் மகளே - அரசுக்கு
நாம் தெளித்துச் செழித்தக் காடு
எண்ணிக்கை மகளே
நம் உயிரும் ஒடுக்கிய வாழ்வும்
அதிகாரத்தின் காலுக்கு
இதோ அருகம்புல்லின் நீதிக்கோல்
நீ ஆழமாக விதைகாண்
தீயிலும் கருகாத
மலைகளைச் சமை என் அம்மையே!

2-11-2025
12:12 pm

66. மாயச் சூத்திரம்

இங்கொன்றும் இல்லை
இருப்பின் புதிர் யாவும் ஒளிக்குள் அடங்கும்
பாக்கு விதையின் அகக்குருதி
மனிதக் கண்களின் விசைக்கு நேர்
இந்நேரம்
நாம் வசிக்கும் பூமிக்கு அப்பால்
ஏதோ ஒரு கோளில்
முயல் சாயலில் ஓர் உயிர் உருவாகலாம்
நம் மொழியின் ஓசையில் கோள்கள் நகரலாம்
நாம் ஏனோ
பூமியைச் சிதைவில் ஆழ்த்துகிறோம்
மனிதனே உலகில் உன்னதம் என
செயற்கையாகச் சிலாகிக்கிறோம்
முரண்களை
திசைகளாய்க் கூட்டிக் கழித்துப் பார்க்கிறோம்
அந்தரத் தண்டின் வழி
ஏதோ ஒரு எரிகல்
பூமிக்குப் புதிய வஸ்திரம் ஒன்றை
அணிந்து விடக்கூடும்
பூமி தன் புலன்களில் ஏற்காத
மனித ஏற்றத்தாழ்வின் கற்பிதங்கள் மாயும்,
அந்நாளில்
மனிதனைவிட மகத்தான மிருகம்
பரிணாமம் ஆகும்

22.12.2024
1:54 am

67. உழவு

வயல்வெளியில் உழவு
நீட்சிமிக்க ஆராதனையாய்த் தொடங்கிவிட்டது
களிமண் வாசனையை நுகர்ந்தபடி
கரிய அரிவாள் மூக்கன் பறவைகளும்
வெண் கொக்குகளும் உழுத நிலத்தில்
தித்தாவெனத் தத்தி மேய்வது - இசைக்குலா
கிணற்று நீர் தன் தேக்கத்திலிருந்து
விடுதலை பெற்று
நிலத்தின் நெஞ்சில் பாய்கிறது

உழவு - வாழ்வின் சீருடை
நடவு - தியானம்
பெண்களின் முதுகுத் தண்டு - திடநிலம்
விவசாயி கண் குளிரும் காட்சிக்குள்
நாற்றுகளின் பச்சை - நடனம்

சேற்றுக்குள் புதையும் கால்கள் அறியும்
உழைப்பின் சன்னதம்
கொடுங்காலத்து அரசின் வரியும்
கிராமத்தான் வட்டியும்
களைபறிக்கும் காலப்பாடல்

மார்கழிக் காற்று - காமக் குளவி

வலிகளை உபதேசிக்க வரப்பும்
சுமைகளை ஆலோசிக்க ஆலஞ்சருகும்
நிலத்தை நம்பினோருக்கு உண்டு

திரிமனம் நோகும் அளவு
வாழ்வு சகலருக்கும் திரிந்து கிடக்கிறது

குளக்குருவி பாயும் வலை - நிலக்கண்
விவசாயம் - ஆதித்தமிழன் படைப்பு
அரிசி - மனித சிரசின் உற்பத்தி
நெல்லின் வெள்ளிவேர் - திணைமொழி

04-01-2025
10-21 am

68. காலம் மும்முரசு

பூர்வ காலத்தைச் சபிக்கவும்
நியாயமான வலிகள் கொண்ட வாழ்வில்
உயிர்த்திருக்கப் போதுமான அன்பையும்
உள்புதைத்து இருக்கிறோம்

காலம் - மும்முரசு
அதன் வீரத்தை நம் விலாவில் அறையும் .
மனசு - நிழலறியா விபினம்
உலகின் கைகளைப் பிடிக்காது மாயும்.

கடம்பப் பூ - காதல்
பறக்கத் தெரியாமல் அவியும்.
ஆதிமனிதனின் முதல் சொல்
குளிர்கால நடுக்கத்தில் பிறந்திருக்கக் கூடும்

இவ்வுலகை நிரப்பிய நீர்
பிரபஞ்ச விழியின் எக்காலத்துக் கண்ணீர்
மனிதனால் படைக்கப்பட இருக்கும்
கடைசி மொழியை யாரறிவர்

பல்லுயிர்களின் விந்து - பேய்மை
பல தாவரங்களின் வித்து - சேய்மை
மரணம் - கனவிலிருந்து இறங்கும் பாம்பு
வாழ்வு - வலிகளோடு உழலும் சாம்பல்

02:01:2025
02:44 am

69. காலம்

காலங்கள் இரண்டே
இறந்த காலத்தைச் சுழியாக்கினால்
யாரும் யாரையும் அதிலிருந்து மீட்பது அரிது
நதி பின்னோக்கிப் பாயக்கூடும்
நிலத்தின் முதுகில்
பின்னோக்கிய பாதையும் இருக்கும் தானே
மாய வாழ்வில்
மனிதத் தத்துவங்களின் துளிரும் சருகாகும்
நிலைத் தத்துவம் என்று ஏதுமில்லை
இரகசியமாய்ப் பிரபஞ்சம் மனிதமூளை குடைந்து அசைகிறது
பல்லுயிர்களின் தயையும் - அதன்
கண்ணீர்த் துளிகளும் உள்ளவரை
பூமியின் ஈரம் வற்றப்போவதில்லை
கனவுக்குள் நடக்கும் எந்த ஒரு காட்சியும்
நமது மனப் புலம்பல்கள் அல்ல
பிரபஞ்ச முடிச்சுகளாகவும் கூடும்
தினம் ஒவ்வொன்றும் வண்ணமற்ற திரை
ஆயினும் சாயங்காலம் சாயங்களே
குரூரமான காலகட்டங்களை உடைத்தல் நலம்
பரிச்சயமான யாவருக்கும்- துரோகம் தந்த பலருக்கும் நடுவில்
ஒளிரும் இழை ஒன்றே - ஒற்றை வாழ்வு
துக்கங்களின் தூண்டிலுக்குள் சிக்காத மனிதன் யார்
பிறந்த குழந்தையின் கண் - நட்சத்திரம்
அது பால்வெளியின் ஒரு துகள்
பாய்ந்தோடிவிட்ட காலங்களில்
பால்யமே தேவதைக்காலம்
பாய்ந்தோடிவிட்ட வாழ்வில் தாய்மையே
பிரதான இருப்பு

1.1.2025
11.11 am

70. பசி

குறிப்பிடத்தக்க மகாவலி
கடலையும் உள்விழுங்கக் கூடும்
சூரியனின் பொன் கசப்பு
அருந்தத் தக்கதல்ல

மனிதர்கள் நரம்புகள் வெளித்தொங்கும் அளவுக்கு
உழைத்து நிறுவனங்களுக்குக் கொட்டினாலும்
பணம் எரிக்கும்
அதன் புகைக்கூண்டுகளுக்குப் போதவில்லை

உழைப்பாளிகளுக்கென காற்று
உறக்க வீசுவதில்லை
சந்திரனும் ரணப்பட்ட இருதயத்திற்கு
இதமாக வளர்வதில்லை

முற்றத்து வெற்றிலைவள்ளிக் கிழங்கின்
கொடிபிடித்து என் கண்ணீர் சொல்கிறது
உன் கிழங்கின் அருமை தெரிந்தவர் உடலுக்குள்
நீ ரத்தமாய்ப் பாயவேண்டும்

எவர் காலிலும் மிதிபடக்கூடாதென
அதிகாலைப் பொழுதினை
மாடுகள்
தன் கழுத்தின் கனத்த கயிறுகளால் இழுத்துப் போகின்றன

இறந்தவர்கள் நம் நினைவுகளில்
வாழ்ந்து கொண்டிருக்கும் விதம்கூட
மக்களின் மனம்கசந்த இருப்பு
அரசுக்குத் தெரிவதில்லை

வாழ்தல்
வாக்களிப்பதற்கு முன்னும் பின்னும்
கசங்கிய காலுறை அவ்வளவே

என் அன்புக்குரிய மருதநில - எருதே
உனக்கான நடுப்பகல் வரும் - நீ
பசிதீர சூரியனை மென்று தின்ன வேண்டும்

14.6.2025
7:35 am

71. சொல் அதிகாரம்

தேசத்தின் ஒப்பற்ற செம்மொழியின்
வேர் கிழித்து
ஓர் அந்நிய தேசத்துக் குழப்பவாதி
திணித்த ஓர் உப்பற்ற மதச் சொல்லில்
உழல்கிறது தேசம்

இந்து என்ற சொல்லை அழிக்கும் நாளே
இந்திய தேசத்துக்கு உண்மையான விடுதலை நாள்

17.10.2024
10:00 pm

72. நிலாக்கள்

இரு நிலாக்கள் கனவில்
உதிக்கக் கண்டேன்
அளவுக்கு அதிகமான வளைவுடன்
வானவில் ஒன்று நிறத்துணை பதைக்க
பூமி நோக்கி நகரக் கண்டேன்

வான் தாவரங்களாய் மேகங்கள் அசைய
அதனுள்ளும் மென்னீர்
மினுமினுக்கக் கண்டேன்
பூமியின் கண்களாக இருநிலவும்
நிறை வட்டத்தில் தகதகத்தன
அதன் மெய் வலம்
பூமியின் இரண்டு கன்னங்களாகின

மறுநிலவு நகல் அல்ல
தாய் தனுமை கொண்ட சீர் உணரி
வரையறையற்ற வெளியின் சுயம்பு
உள்ளொளி ஒன்றும் உருத்திரண்டு
கண்ணோரம் ஊறக் கண்டேன்

அந்த நீரோட்டம் இருநிலவின்
நீர் நிலைகளோடு உரசக் கண்டேன்
விண்ணின் விம்பம் விசும்பும் நிலையோடு
கொடிக்காற்று சுற்றக் கண்டேன்
வெள்ளிகள் விண் திரவியமாய்
பிரிய மனமின்றி மருகித் தழுவும்
ஒளி உதிரம் கண்டேன்

கடம்பமரப்பூ விடரும் விதமாய் அதனுள்
உயிர்பலவும் உலவக் கண்டேன்
விழி முத்தம் அசையாதிருக்க
வெளி திரண்டு பித்தம் கூடி
பச்சைத் திலகமாய்
மருபூமி மலரக் கண்டேன்
விண்வெளி மனதின் சத்தம்
பிரிந்தழிய இயலாக் கோணத்தில்
செம்மொழியில் சுழலக் கண்டேன்

பால்வெளிக்கு அப்பாலும்
பரம்பொருள் பிரவாகம்
இன்மையென்பதே இல்லா ஒளியொடு
உயிரணுக்களாக நீந்தக் கண்டேன்
கண்ணின் கருவிழி விரியும் விதமாய்
ஒளிக்கடல் திறக்கக் கண்டேன்

4.11.2024
04.10 am

73. ஆலகாலப் பசி

தேங்காய் பூம்பிஞ்சை
ஓர் இறைச்சித் துண்டென கவ்வும்
காகத்தின் மனசுக்கும் அதன்
வயிற்றுப் பசிக்கும் எதிரே
ஒரு கைப்பிடி சோற்றை வையுங்கள்
உங்கள் விதிரேகையை
அது பலரோடு கூடிப் பாடக்கூடும் மேலும்
தன் வயிற்றுக்குள் கிடக்கும்
ஆலவிதையோடு இரகசியமாக
உங்கள் செயலை
எங்கேனும் வளர்க்கவும் கூடும்

27.3.2023
12:56 am

74. ஆடை

இந்த ஆடை எவராலும் மறக்கக் கூடியது
எவராலும் காப்பாற்ற முடியாதது
பொருள்படுத்தப்பட்டும் புறக்கணிக்கப்பட்டும்
நிந்திக்கப்பட்டும் அழுந்தியது
சாதி எனும் புனைவு
உருவாக்கப்பட்ட காலம் முதல்
குரல் வளையை வேராகக் கொண்டது
பலா மரத் தசையில் வீணையின் உடலை
ஒரு தச்சன் தேடுவது போல இல்லை
இந்த ஆடை மிகக் கடினமானது

மொத்த உலகையும் வஸ்திரமேதுமற்ற
பெண்ணின் ஸ்தனங்கள் சுழலவைக்கக் கூடும்
அலை கிழித்த அந்தியில்
சூரியனைத் தொங்க விடவும் கூடும்
ஆயினும் எப் பெண் இந்த
ஆடையை முழுதாக அணிந்தாள்

துக்கத்தின் அடிவாரத்தில்
பூவரசம்பூவின் மஞ்சளை விட இலகுவானது
முருகிய நெல்விதையின்
இசைமிக்க தோலை விட
நுண்மையானது இந்த ஆடை

பல சொற்களால் திரித்து
எரிக்கவும் புதைக்கவும் ஏதுவானது

30.12.2021
1:14 am

75. உப்புப் பாதாளம் மனித வாழ்வு

உலகின் பசி அற்புதங்களின் அனலாயிருக்கின்றது

நெய்து பாதியில் நிறுத்தப்பட்ட தூக்கணாங்குருவிக் கூடு
ஒடுக்கப்பட்ட மக்களின் வாழ்வு

மாமஞ்சள் குருவி
இவ்வுலகிடம் உறவாடும் விதம் கூட
சுதந்திரம் இங்கில்லை

அதிகாரங்கள் பந்துச் சிக்கல் விழுந்த நூற்கண்டு
சிக்கலை நீக்க நினைப்போரும்
சிக்கிக் கொள்ளும் தந்திரத் திரி அது

நழுவுதல் - மாபெரும் அதர்மம்

பெண்களின் கைகளோ
மண்ணையும் மாவையும் பிசையும் விதம்
மனதையும் பிசைந்த வண்ணமிருக்கின்றது

பெண்ணின் மனதிற்கு
உலகிலெங்கும் நீதி வழங்கப்படுவதில்லை

நியதிகள் யாவும்
வேருக்கோ நீருக்கோ இல்லாமல்
கிளைகளில் மாயமாய்க் கிடக்கின்றன

நாம் நம்முடைய நூற்றாண்டுகளுக்கு
தானியங்களைச் சேகரிக்க யோசிக்காமல்
வார்த்தைகளைக் காலத்தின் எலும்புகளுக்குள்
பதுக்கி வைக்க வேண்டும்

சிறு வெண்தும்பைப் பூவாய் உள்ளம் கொண்டு
உலகில் பிறக்கும் சகல உயிர்களுக்கும்
அவை உதிரும் முன்
எவ்வளவு வண்ணம் அடிக்கப்படுகிறது

உப்புப் பாதாளம் மனித வாழ்வு
கரிக்கிறது உடல்

கரிய மலையின் மேலே பயணித்து விட்டது மனது

12.12.2021
03:10 am

76. குருதியில் மணல்

சிரிப்பு தொலைவது
உறைக்குள் வாள் மறைவது

கண் கலங்குவது
கனிந்த உத்திராட்டம் பழம் கசங்குவது

முத்தமென்பது பெருகினால்
எங்கு உருண்டோடும்

இதயத்தில் பிரிவை ஏன்
முத்திரை குத்த வேண்டும்

நிகரற்ற ஒருத்தியை உருவகப்படுத்துவது
தீப்பிழம்புகளால் காட்டின் மடியில்
பாதை தெளிப்பது

எங்கும் பாலை

குருதியில் மணல் ஓடுகிறது
உருவம் தோற்று விட்டது
திரும்ப மனமில்லை

விலா எலும்புகளுக்குள்
வியாகுலம் நிறைந்து விட்டது
யார் நினைவு இவ்விடம்

எதற்கு ஒப்பாகிறோம்

குளிரின் இயல்பிலிருந்து
வலிந்து வெம்மைக்கு நகரச் சொன்னால்
எப்படி நீர் எரியும்

வீடு என்பது எது

விதி - சுவர்

16.1.2021
10:18 pm

77. கனவுக்குப் பூனைப் பால் வாசம்

இரவை இளமணலாக நினைத்து உறங்கவே
கனவுக்குள் பாம்புகள் வருகின்றன
கனவின் கண் ஒன்று தான்
காதுகளோ கணக்கற்றவை

பாம்பு கதவு உரசி திறக்கும் விதமே கனவு நடை

பல்லாயிரக்கணக்கான பவளமணிக் குட்டிகளை
பாம்புகள் ஈன்றுவிட்டன நம்முள்

கனவுக்குப் பூனைப் பால் வாசம்
பூனைப் பாலுக்கு - மலைச் செண்பகப்பூ* வாசம்

ஒழுங்கின்மையைக் கூரிய வாளாகத் தீட்டும் நிலவை
ஒரு பூவைப்போல மென்று விடும் கனவு

உடலெல்லாம் சுவைமொட்டுகள் கொண்ட
எறும்புகளின் உணர்வுகள் கனவிற்கு
உறக்கத்தைச் சாரை சாரையாக நகர்த்தி
கோள்களுக்கடியில் பரப்பி விடுகின்றன

நமை உட்கொள்ளும் விதம் பூகம்பச் சூத்திரம்

மொழியற்ற மிருக நாவாக நம்மை
உருமாற்றி விடும் அதன் பற்கள்
அதிகமாக வெட்டும் தன்மை கொண்டது

குறியீடுகளை வரைந்து
விளங்கிக் கொள்ள முடியாத பூதமாயைகளை
மேலும் வலைச்சிக்கலாக்கும்

கனவு கண்டு அழும் நாய்குட்டியின் கண்ணீரில்
எதிர்காலம் நடுங்கும் நேர்ச்சொல்

நம்மில் யாவருக்கும் மறக்க முடியாத
விடையற்ற கனவுகள்
அவை - கண்கனி தின்னும் வவ்வால்கள்

பார்வையற்ற உயிர்களின் உலகில்
கனவுகள்
திசைகாட்டும் இசைமிக்க புலித்தேனீக்களின் கண்கள்
பல்லாயிரக்கணக்கான மீன்களின்
வண்ணம் காட்டும் கடல்

21.8.2021
8:10 am

★ Ylang_Ylang Flower - மலைச் சண்பகம்

78. வியல்

சூரியன் கீழிறங்கமுடியாத மலையில் இருக்கிறேன்
வெள்ளி மேகப் புகைகள் சிவதூதி
தோள்களில் குளிர் சிறகு விரிகிறது

பாறைகளின் மேல் மேகங்கள் அசைகையில்
பாறைகள் தக்கையான நடனமிடுகின்றன

வரையாடுகள் வானின் எல்லைக் கோடுகளை மேய்கின்றன
மனிதர்களோ எல்லைகளை வஞ்சகமாக உருவாக்குகிறார்கள்

கீழ்என்று எதுவுமே இல்லை
யாவும் உயிர் நிரம்பித் ததும்பும் சமம்

மானுடத்தின் உயிர்வளர்க்க தோல்பிய்த்து எறிந்தவள்
மலைப் பறவைகள் உயிர்வளர்க்க
வேர் கொண்டவள் இன்னும் இருக்கிறாள்

மலைச் செந்நெல்லே
நெல்லினங்களின் தாய்

பொந்தன்தேனீக்களின் தேன்குகை இருட்டில்
ஆதிவாசிகளின் பாடல்
விய்யென வியல் ஊட்டும் பேரிசை

நீர் ஊறும் தேனூறும்
மழையூறும் மலைக்காடு

வானகம் - செயல்படாமையில் செயலாகிறது
கானகம் - யாவையும் பேணுவதில் உயிர்த்திருக்கிறது

நட்சத்திரங்கள்
பூரியம் பூரியமாய் விரியும் மகாமரங்கள்

11.10.2021
4:10 am

79. நட்பின் அதிகாரம் அகலமான கடலாடை

பொதுவாக மகிழ்வென்று ஒன்றுமில்லை
அது மாறிக்கொண்டிருக்கும் துயர்
நிலையான வலியென்று ஒன்றுமில்லை
அது தவறவிட்ட மகிழ்வு

நட்பு சுயநலத்தின் புனிதப் போர்வை
நட்பு என்பதே வெறும் இருபக்க எதிர்பார்ப்பு
எதிர்பாராத நட்பை
பெறவோ காட்டவோ முடியுமா
நட்பின் அதிகாரம் அகலமான கடலாடை
விவேகமான மனிதர்கள் ஆர்ப்பாட்டமாக
வாழ்ந்துவிடுகிறார்கள்

கூனல் முதுகுள்ள அரசாட்சி
குற்றங்களை விரிவாக்கும்
நடைமுறைப்படுத்தப்படும் தீங்கின் வேர்
விரைவாக வளர நீதி புதைக்கப்படும்
தேவைக்கு அதிகமாக வன்முறை வளருமெனில்
யாரின் தேவையோ
அதனடியில் இருக்கிறதென்றே அர்த்தம்

கொள்ளைக்காரனின் கைரேகையற்ற
தேச எல்லைக் கோடுகள் எங்கேனும் உண்டா
சமநிலை உருவாக்கும் இடமெல்லாம்
சதிவலைகள் பின்னப்படுமெனில்
ஏற்றம் துருத்திக்கொண்டும்
தாழ்வு திணறிக்கொண்டும் இருக்கும்

புத்திசாலியின் புத்தியில்
வேஷங்கள் விஷக்குருத்தாக விளையும்
அறிவாளியின் மன நுட்பம்
யாவருக்குமான ஒளி

ஆற்றலின் அலை உடலில் மட்டுமில்லை
கருணையின் உறுதியில்
நீதி நிர்மாணிக்கப்படும்

உன்னதமான வடிவம்
செயலில் இருப்பின்
அதை மக்கள் வணங்குவார்கள்

27.11.2022
8:00 am

80. இருத்தல்

விரிசலடைந்த வானத்தை
மேகம் தன்னுடலால் பிளக்கிறது
சூதோ சோம்பலோ கலைதலோ
எதுவாகவும் இருக்கலாம்
தோற்றம் விரிசலாகக் காட்சியளிக்கிறது

நிலவின் அகச்சதையில் இனிய காலப்பூ
இனிமேல் தான் பூக்கும் என்றில்லை
அகமே இறுகிய பூவாக அங்கிருக்கும்
நிலத்தின் நித்திலமும் அங்கிருக்கும்

இருத்தலின்மையின்
இரு கைகளிலிருந்தும்
இருத்தலின் தயையும்
இருத்தலின்மையின் மாயையும்
வெளிப்படுகிறது

மீண்டும் திரும்ப முடியாத புள்ளிகள்
வாழ்வில் அநேகமிருக்கின்றன
திரும்பமுடிந்த யாவும்
தீர்மானம் மிக்க விபத்தற்ற
பயணமாகவோ சம்பவமாகவோ இருக்கலாம்

மயில்கோரை அசைவு
வானத்தை உலுக்கும் விதம்
நாம் விழி விரித்து நோக்குகிறோம்
சிறு பள்ளத்து நீரில்
சலனமின்றி ஆயிரங்கால் பூச்சி

வானத்தைப் பிரித்துப் பிரித்து நடக்கிறது
புரண்டு படுத்து வான் பார்த்து
முகம் துடைக்கும் அணில் குஞ்சுக்கு
மேகச் சிதறல் விசித்திரப் பழமாகக்கூடும்

இருத்தலுக்கும்
இருத்தலின்மைக்கும் இடையே வானம்
தூய்மையான திரை

பூமி இதற்குள் எங்கோ இருக்கிறது
நாமும் இதற்குள்
இயல்பாய் உருப்பெற்று
இல்லாதும் இருப்போம்

23.8.2023
09:01 pm

ரோஸ்லின் ஜெயசுதா என்னும் இயற்பெயர் கொண்ட தேன்மொழி தாஸ் மேற்குத்தொடர்ச்சி மலையில் மணலார் என்ற தேயிலைத் தோட்டப் பிரதேசத்தில் பிறந்தார். பெற்றோர் சுப்பையா என்ற மரிய தாஸ் - லீலா மரியதாஸ்.

இவர் செவிலியர் பட்டப்படிப்பு படித்தவர். புகழ்பெற்ற அப்பலோ மருத்துவமனையில் 2001ஆம் ஆண்டு வரை செவிலியராகப் பணிபுரிந்தார். மிகவும் சிறிய வயதிலேயே கவிதைகளை இயற்றுவதில் திறமை கொண்ட இவர், பள்ளிக் காலங்களில் நாடகங்கள் இயற்றி இயக்குவதிலும் நடிப்பதிலும் தேர்ச்சி பெற்றிருந்தார். பரதம் மற்றும் கர்நாடக சங்கீதமும் முறைப்படி கற்றுத் தேர்ந்தவர். 1996-களில் சிறுபத்திரிகைகளில் கவிதைகளும் கதைகளும் எழுதத் தொடங்கியவர்.

2001ஆம் ஆண்டு இவரது முதல் கவிதைத் தொகுப்பு ‘இசையில்லாத இலையில்லை’ வெளிவந்தது. அந்த நூல் தேவமகள் அறக்கட்டளை விருது, திருப்பூர் கலை இலக்கியப் பெருமன்றப் பரிசு மற்றும் சிற்பி இலக்கிய விருது ஆகிய மூன்று விருதுகளைப் பெற்றது. 2002-ல் பாரதிராஜாவின் ‘ஈரநிலம்’ திரைப்படம் மூலமாகப் பாடலாசிரியராகவும் உரையாடலாசிரியராகவும் அறிமுகமானார். இப்படத்திற்கென தமிழ்நாடு அரசின் சிறந்த வசனத்திற்கான விருது 2003-ல் முதல்வர் செல்வி ஜெயலலிதாவின் கைகளால் பெற்றார். இதன் மூலமாக தமிழ்த் திரைப்பட வரலாற்றில் உரையாடலுக்காக

விருது பெற்ற முதல் பெண் என்ற அடையாளமும் இவரை வந்தடைந்தது. இதுவரை நாற்பதுக்கும் மேலான திரையிசைப் பாடல்களையும் பல பக்திப் பாடல்களையும் எழுதியுள்ளார். சுஹாசினி மணிரத்தினம் இயக்கிய கி.ராஜநாராயணனின் 'காய்ச்ச மரம்' குறும்படத்திற்கு வசனம் இயற்றினார்.

2006-லிருந்து 2011 வரை கலைஞர் தொலைக்காட்சியில் வெளியான 'தெற்கத்திப் பொண்ணு' என்ற நெடுந்தொடருக்கு உரையாடல் எழுதினார். உரையாடலுக்கென்று மிகவும் புகழ்பெற்ற இத்தொடருக்கு சிறந்த உரையாடல் ஆசிரியர் விருது கலைஞரிடம் பெற்றார். 2006-ல் கிடைத்த அரசுப் பணியை இலக்கியத்திற்கெனத் துறந்தார்.

விஜய் தொலைக்காட்சியில் வெளியான 'கனா காணும் காலங்கள்', 'காதலிக்க நேரமில்லை', 'அன்பே வா' என்ற நெடுந்தொடருக்கும் பாடல்கள் எழுதியுள்ளார். 2003ஆம் ஆண்டு இவரது இரண்டாம் கவிதைத் தொகுப்பு 'அநாதி காலம்' வெளியானது. 2007-ல் இவரது மூன்றாவது கவிதைத் தொகுப்பு 'ஒளியறியாக் காட்டுக்குள்' வெளியானது. மார்ச், 2016-ல் இவரது நான்காவது கவிதைத் தொகுப்பாக 'நிராசைகளின் ஆதித்தாய்' வெளியிடப்பட்டது. 2017-ல் நூலகச் சிற்பி எஸ்.ஆர்.ரெங்கநாதன் நினைவு விருது, தேனி கலை இலக்கியப் பேரவை வழங்கிச் சிறப்பித்தது. 2017-ல் மேகா பதிப்பகம் மூலம் வெளியிடப்பட்ட 'காயா' கவிதை நூலுக்கு உயிர்மை மற்றும் சுஜாதா அறக்கட்டளை இணைந்து 'சுஜாதா விருது' வழங்கிச் சிறப்பித்தது. மேலும் காயா நூலுக்கு 'களம் புதிது கவிதை விருது', படைப்பு தமிழ் நவீனக் கவிதைக்கான 'இலக்கிய விருது' இந்த மூன்று விருதுகளோடு உயரிய நல் விமர்சனங்களுடன் அதிக கவனம் பெற்றது 'காயா' கவிதை நூல். 'வல்லபி' 2018-ல் வெளியானது.

2019-ல் 'அடவி' எனும் சுற்றுச் சூழல் பாதுகாப்பை வலியுறுத்தும் படத்திற்கு உரையாடல் எழுதினார். உரையாடலுக்கென மிகுந்த கவனம் ஈர்த்த இத்திரைப்படம், இருபது நாடுகளில் திரையிடப்பட்டது. பதினெட்டு சர்வதேச விருதுகளை இத்திரைப்படம் குவித்தது.

சிறந்த பெண்ணிய எழுத்துக்காக 2020-ல் 'எழுச்சித் தமிழர் விருது' பெற்றார். எழுச்சித் தமிழர் தலைவர் தொல். திருமாவளவனின் விடுதலைச் சிறுத்தைகள் இயக்கமும், விடுதலைக் கலை இலக்கியப் பேரவையும் இணைந்து நடத்திய இளவந்திகைத் திருவிழாவில் இவ்விருது அளிக்கப்பட்டு கவுரவிக்கப்பட்டது. இலங்கையில் உள்ள எதிர் பிரதிகள் எனும் இலக்கிய அமைப்பு கவிதைக்கான 2021 'தமிழ் இலக்கிய விருது' வழங்கி கவுரவித்துள்ளது.

2025 ஆம் ஆண்டில் ஆனந்த விகடன் இவரது படைப்புகளுக்காக சிறந்த இலக்கிய ஆளுமை விருது வழங்கி கௌரவித்தது.

தற்சமயம் திரைக்கதை இயற்றுவதோடு இணை இயக்குநராகவும் பணியாற்றுகிறார்.

கவிஞரின் பிற படைப்புகள்

- இசையில்லாத இலையில்லை - 2001
- அநாதி காலம் - 2002
- ஒளியறியாக் காட்டுக்குள் - 2007
- நிராசைகளின் ஆதித்தாய் - 2014
- காயா - 2017
- வல்லபி - 2018
- முருகியம் - 2022

www.ingramcontent.com/pod-product-compliance
Lightning Source LLC
LaVergne TN
LVHW040754051026
849519LV00007BA/2542
* 9 7 8 9 3 4 8 4 3 9 4 9 9 *